வலவன்

டிரைவர் கதைகள்

AF797689

கஸ்தூரி சுதாகர்

6174, 7.83 ஹெர்ட்ஸ் என்ற அறிவியல், த்ரில்லர் நாவல்களை எழுதியவரும் மும்பையில் வசித்து வருபவருமான சுதாகர் கஸ்தூரி, திருநெல்வேலி மாவட்டத்தைச் சேர்ந்தவர். அறிவியல் புதினங்கள், கட்டுரைகள் என இதழ்களிலும், மின்னிதழ்களிலும், சமூக வலைத்தளங்களிலும் எழுதிவரும் அவரது ஆர்வம் இலக்கியம், அறிவியல், ஆன்மீகம் என்று விரிகிறது.

வலவன்

டிரைவர் கதைகள்

கஸ்தூரி சுதாகர்

கிழக்கு

வலவன்
Valavan
Kasturi Sudhakar ©

First Edition: December 2016
80 Pages
Printed in India.

ISBN 978-81-8493-669-8
Kizhakku - 955

Kizhakku Pathippagam
177/103, First Floor,
Ambal's Building, Lloyds Road,
Royapettah, Chennai - 600 014.
Ph: +91-44-4200-9603
Email : support@nhm.in
Website : www.nhm.in

kizhakkupathippagam
kizhakku_nhm

Author's Email: kasturi.sudhakar@gmail.com

Cover Image: Shutterstock ©

Kizhakku Pathippagam is an imprint of New Horizon Media Private Limited.

டிரைவர்களுக்கு ரோடு மட்டுமல்ல,
யார் யாரை எங்கெங்கு ஏற்றினோம்
இறக்கிவிட்டோம் என்பது
ஃபோட்டோகிராபி மெமரியாக
இருக்கும்.

உள்ளே

1

மஞ்சித் சிங்

"எத்தனை மணிக்கு வரச்சொன்னேன்?'' தீபக் வர்மாவின் குரல், இரையைக் குதறுமுன் புலி ஒன்று உறுமுவது போலவே பட்டது.

''விடுங்க'' என்று தீனமாகச் சொல்லி அவசரமாக காரின் பின் இருக்கையில் அமர்ந்தேன். ''கிளப்புப்பா சீக்கிரம்'' என்றபடி ஒரு பாய்ச்சலைத் தவிர்க்க முயற்சித்தேன். அதற்குள் வர்மாஜியின் முடி நிறைந்த தடிமனான கை, டிரைவரின் காலரைப் பற்றியிருந்தது.

'...த்தியா, உன் சவுகரியத்துக்கு வர்றதுக்கு நாங்க கார் புக் பண்ணல, பெஹன்சூ... காலேல ஆறுமணிலேர்ந்து காத்துகிட்டிருக்கோம். எத்தன மணிலேர்ந்து?''

டிரைவர் ஒன்றும் பேசாமல் அவர் கையை விலக்கிவிட்டு சீட்டில் வந்தமர்ந்தார். கோபத்தில் வர்மாஜி டிக்கியை ஓங்கி அறைந்து மூடினார்.

மெல்ல விழித்துக்கொண்டிருந்த பதம் சிங் தெரு, சட்டெனப் பதறி கடைகளின் வாசல்களில் மனிதத் தேங்கல்களாக சுறுசுறுப்படைந்தது. விஷால் மார்ட் மால் அருகே இருந்த டீக்கடைக்காரன், ஒரு நிமிடம் தெருவில் வந்து எட்டிப்பார்த்துவிட்டு, டீ பொங்கி வர, கடைக்கு ஓடினான்.

அருகில் தொப் என அமர்ந்த வர்மாஜியின் மூச்சுக்காற்று அடிபட்ட பாம்புபோல புஸ் புஸ் என சீற்றமாக திணறி வந்து கொண்டிருந்தது. வியர்வை பெருக, ''ஏஸியைப் போடு'' என்று இரைந்தார்.

கார், புஸா ரோடு வழியே விரைந்து, ஏர்போர்ட் நோக்கிப் பயணித்தது.

வர்மாஜி என்னோடு அன்று வந்திருக்க வேண்டியவரில்லை. மதியம் போபால் போகவேண்டியவர், முந்தைய இரவு திடீரென திட்டம் மாறிய நிலையில் அதிகாலையில் என் விடுதிக்கு வந்து, சில டாக்குமென்ட்களை என்னிடமிருந்து பெற்றுக்கொண்டு, எட்டு மணிக்கு பாட்னாவுக்குப் பறந்து போவதாக திட்டமிட்டிருந்தார். அவரது காரில் காலை ஐந்து மணிக்கே விடுதிக்கு வந்தவர், ''நீங்க எங்க போறீங்க?'' என்றார் யதேச்சையாய்.

''தாருஹேடா, அங்கிருந்து பிவாடி போறேன்'' என்றேன்.

''அப்ப, போற வழியில என்னை ஏர்போர்ட்ல விட்டுருங்க. எதுக்கு அனாவசியமா ரெண்டு டாக்ஸி புக் பண்ணணும்? போற வழியில பேசிட்டே போகலாம்.''

''ரைட்டு, ஆறுமணிக்கு டாக்ஸி வந்துரும்'' என்றேன்.

ஆறேகால், ஆறரையாயிற்று கார் வரவில்லை. நகம் கடித்து, ஃபோன் செய்தால் ''டிரைவர் அஞ்சரைக்கே கிளம்பிட்டார் சார்'' என்றார் டாக்ஸி கம்பெனி முதலாளி தூக்கக்கலக்கத்தில். ''வேற வண்டி இல்லயே? கால் டாக்ஸிக்கு போன் பண்றீங்களா?''

வர்மாஜி காரணமின்றி ஹோட்டல் ரிசப்ஷனில் இருந்தவனிடம் இரைந்தார் ''பில் ரெடி பண்ண இவ்வளவு நேரமா? சோம்பேறி பிஹாரிப் பயல்களை அடிச்சு விரட்டணும்.'' பில் தயாராக மூன்று நிமிடம்கூட ஆகவில்லை என்று சொல்ல நினைத்து அடக்கிக் கொண்டேன். வர்மா திணறி இருமினார்... வாசலில் சென்று, வராத கோழையை வலிய 'கொர்ரக்' என குழறி துப்பினார். திரும்பி வந்தவரின் மூச்சு திணறியது.

''மாதர்... வரட்டும்... யாரு ட்ரைவர்? பல்பீர் சிங்? பிக்ராம் தியாகி?''

''மஞ்சித் சிங்ன்னு குறுஞ்செய்தியில வந்திருந்துச்சு'' என்றேன்.

''மஞ்சீத்? சாலா... அவனா லேட்டாக்கறான்? எழுத முடியாத அளவிலான இரு கெட்ட வார்த்தைகளில் டிரைவரின் மொத்த குடும்பத்தின் கலவி ஒழுக்கத்தைச் சந்தேகித்தார்.

''மஞ்சித் சிங் அவர் வீட்டிற்கு அருகில் இருக்கிறவனாம். சொல்லிக்கொண்டிருக்கையில் ஆ... வண்டி வந்துவிட்டது. அதன்பின் நடந்ததுதான் நீங்கள் மேலே வாசித்தது. அறையும் அளவுக்கு கோபம்? இது அத்துமீறல். ஒரு தில்லி டிரைவர் எப்படி இதனைச் சகித்துக்கொள்கிறான்?

''எந்த டெர்மினல் சர்ஜி?'' என்று கேட்டார் மஞ்சித் சிங், ''T3'' என்றார் வர்மாஜி செருமி சரி செய்தபடி. சற்றே ஆடி அசைந்து மீண்டும் இருக்கையில் சரிசெய்து அமர்ந்தார். இரு கரங்களாலும் மேலிருந்த கைப்பிடியைப் பற்றியிருந்தார்.

ஏர்போர்ட் நுழைவில் தற்செயலாக முன்னே எட்டிப் பார்த்தேன் வேகம் கணிசமாகக் குறைந்து 40 கி.மீ. மணி என்று காட்டியது. ''வேகமாப் போங்க'' என்றேன். இருபுறமும் கார்கள் பறந்தன.

பதில் பேசாமல் மஞ்சித் அதே சீரான வேகத்தில் செலுத்தினார். இரு புறமும் கார்கள் ஓவர்டேக் செய்து பறந்துகொண்டிருந்தன. ''லூஸா இவன்' சந்தேகித்தேன். 'விமானம் போய்விட்டிருந்தால், வர்மாவின் கையில் இவன் செத்தான்.' நல்லவேளை வர்மாஜி உறங்குகிறார்... அல்லது கண் மூடி நிதானமாக முயல்கிறார்.

முன்னே கார்களின் வேகம் திடீரெனக் குறைந்தது. இரு போலீஸ்க் காரர்கள் கார்களை ஓரம்கட்டிக்கொண்டிருந்தனர். ''வேகம் இங்கு 50 கி.மீ.மணி என்பதை மீறக்கூடாது, சர்ஜி. வேகம் பார்க்க ரேடார் கன் வச்சிருக்காங்க. இன்னும் நாலு இடத்துல போலீஸ் படை நிற்கும். இங்க பிடிச்சா இன்னும் நேரமாகும். சொல்லிக்கொண்டே நிதானமாக ஓட்டிச் சென்று தடைகளை சீராகத் தாண்டி இறங்குமிடத்தில் நிறுத்த, வர்மாஜி இறங்கி ஓட்டமும் நடையுமாக தொப்பை குலுங்க உள்ளே ஓடினார். வாட்சைப் பார்த்தேன்... 6.50 வர்மாஜிக்கு பாதகமில்லை.

வண்டி திரும்பி நிதானமாக விமானதளம் தாண்டி, படு வேகமாக குர்கான்வ் சாலையில் விரைய, மஞ்சித் சிங்கை கவனித்தேன். பரவாயில்லை, விவேகம், வேகம் இரண்டும் எங்கு வேண்டுமோ அங்கு கைக்கொள்கிறார்.

''நீங்க நிதானமாப் போகலேன்னா...'' நான் முடிக்குமுன் ''வர்மாஜி விமானத்தை விட்டிருப்பார்.'' என்றார் ரோட்டிலிருந்து விழிகளை எடுக்காமலேயே.

''கரெக்ட். ஆனா, இந்தாளு இப்படித் திட்டி... கை வைச்சும் நீங்க எப்படி நிதானமா இருந்தீங்க? டெல்லி ஆட்களுக்கு நிதானம்னா என்னென்னே தெரியாதே?''

மஞ்சித் சிங் முகத்தில் ஒரு சலனமும் இல்லை. வேகம் காட்டி முள் 120 கி.மீ. மணி என்றது. ''மெதுவாப் போங்க'' என்றேன் திகிலுடன். சீட் பெல்ட்டை பின் இருக்கையில் தேடி கிடைக்காமல் மேலும் பீதியடைந்தேன்.

''ட்ராஃபிக் இங்க கூடறதுக்கு முன்னாடி, டோல் பகுதியைத் தாண்டிடணும் சர்ஜி. அதான். கவலைப்படாதீங்க.''

மனேசர் பக்கம் ஒரு தாபாவில் வண்டியை நிறுத்தினார். ''டீ குடிக்கறீங்களா சர்ஜி?''

வறண்ட குளிர் காற்று விர் விர்ரென்று சுழற்ற, புழுதி பறந்தது. தாபாவினுட்புறம் சென்றமர்ந்தோம்.

''வர்மாஜி கத்தினதுக்கு நான் மன்னிப்பு கேட்டுக்கறேன்'' என்றேன் பொறுக்க முடியாமல். ஒரு மனிதனை இப்படித் திட்டுவது தவறு... அதுவும் காலைவேளையில் அனைவர் முன்னிலும்...

''அதை எப்பவோ மறந்துட்டேன் சர்ஜி. இன்னிக்கு காலேல என் தாய் மாமா செத்துப் போயிட்டார். அதிகாலை அஞ்சு மணிக்கு. தம்பியைக் கொண்டு விட்டுட்டு வந்திருக்கேன். அவன் பாத்துப்பான்.''

''அடடா'' என்றேன். ''இதைச் சொல்லியிருக்கலாமே? வர்மாஜி அந்த அளவு எகிறியிருக்கமாட்டார்.''

''எதுக்கு விளக்கணும் சர்ஜி? நேரமாச்சுன்னா நேரமாச்சுதான். விளக்கினதால நேரம் வந்துடப்போகுதா? நேரமானதுக்குத் திட்டினார். அது வேற நிகழ்வு. என் மாமா செத்துப்போனார். அது வேற நிகழ்வு. ரெண்டுக்கும் எதுக்கு முடிச்சுப் போடணும். விடுங்க.''

இந்த ஆள் கொஞ்சம் தத்துவார்த்தமாப் படிச்சிருப்பானோ?

''ஸ்கூல் போனதில்லை சர்ஜி. எழுத்துக் கூட்டிப் படிச்சிருவேன். ஆங்கிலம் கொஞ்சம் வரும். ஆனா மத்ததெல்லாம் பாத்துப் பாத்து கத்துகிட்டேன்''

''மத்ததெல்லாம்னா?'' புழுதி வாசலில் இன்னும் பறந்து கொண்டிருந்தது. காருக்குப் போக முடியாது.

''விவசாயம் தெரியும். நாப்பது ஏக்கர் பஞ்சாப்ல இருக்கு. ஜெனரேட்டர் ரிப்பேர், மாடு பராமரிக்கறது, ட்ராக்டர் ரிப்பேர், கார் ரிப்பேர் கேரேஜ் வச்சிருந்தேன். கொஞ்சம் கை வைத்தியம் தெரியும்.''

வியந்து போனேன். ''இவ்வளவு நிலம் இருக்கச்சே எதுக்கு டிரைவர் வேலை?''

''சர்ஜி. ஒப்பனா சொல்றேன். வருஷத்துக்கு 25 லட்சம் ரூவா கேத்தி (விவசாய பூமி) லேர்ந்து வருது. அதுல பட்டியாலா, லூதியானாவுல மேலும் வயல் வாங்கி வச்சிருக்கேன். குர்தாஸ்பூர்ல 8 ஏக்கர் இருக்கு. வீட்டுல இருந்து சாப்பிடலாம். ஆனா, அது ஒட்டாது. என் பையனுக்கு இன்னிக்கு வரை எனக்கு என்ன சம்பாத்தியம்னு தெரியாது. டிரைவர் வேலை மட்டும்னு நினைச்சிருக்கான். எனக்கு படிப்பு இல்ல. இதுதான் தெரியும். அதான் ஓட்டறேன்.''

''பையனுக்கு தெரிஞ்சா என்ன?''

''வயல் இருக்கு, நமக்கு படிக்க வேண்டாம்னு நினைச்சுருவான் சர்ஜி. வயசு அப்படி. ஒரு தடவ ஐ பேடு வேணும்னான். எங்கூட வான்னு கார்ல ஒரு சவாரி கூட ஒக்கார வச்சு டெல்லிலேர்ந்து பட்டியாலா வரை கூட்டிட்டுப் போய்வந்தேன். எவ்வளவு கஷ்டப்படறான் அப்பன்னு தெரிஞ்சப்புறம் அவன் வீட்டுல வந்து என் கால்ல விழுந்து அழுதான். பப்பா, இனிமே அது வேணும் இது வேணும்னு சொல்ல மாட்டேன்னான். இன்னிக்கு வர அவங்கையில் மொபைல் இல்ல. வேணாம்னுட்டான். சொந்தக் கால்ல நிக்கணும்னு தோணிட்டு துன்னா, அப்புறம் கவலை இல்ல பாருங்க. பொழச்சுப்பான். அப்புறம் எல்லா வயலையும் அவங்கையில கொடுத்தாலும் வீணடிக்க மாட்டான்.''

மலைத்துப் போயிருந்தேன். ''என் பையன் ஐ பேட் கேக்கறான். வாங்கிக் கொடுக்கலன்னா பொண்டாட்டி முகம் கோணுது. என்ன செய்யலாம்?'' என்று அலுவலக நண்பர்கள் கேட்டது நினைவுக்கு வந்தது.

மஞ்சித் சிங் தொடர்ந்தார் ''வர்மாஜியை நன்றாக எனக்குத் தெரியும். இந்த மாதிரி கோபப்படுவது அவருக்கு நல்லதில்ல. ப்ரஷர் ஏறி ஒரு நாள் ரோட்டுல சாகப்போறார். ரெண்டு நேரத்துல நிதானமா இருக்கவேண்டியது ரொம்ப அவசியம் சர்ஜி. ஒன்று திட்டமிடும் போது, ரெண்டாவது திட்டத்துல எதாவது குறுக்கே வரும்போது...''

''அப்ப எப்பவுமே நிதானமாத்தான் இருந்தாகணும்.''

''இல்ல. வர்மாஜி இன்னிக்கு கோபிச்சுக்கிட்டார். அது அவர் திட்டத்துல வந்த இடையூறு. இதுல கோபப்பட்டா வாழ்க்கையே போயிரும். ஆனா நியமம், தருமம்னு இருக்கு பாருங்க. அதுல மீறறப்போ கோபம் வரணும்.''

''நீங்க எப்ப மீறினீங்க?'' சீண்டினேன். இன்னும் தாருஹேடா வர பதினைந்து நிமிடமிருக்கிறது.

மஞ்சித் சிங் பேசவில்லை. தாருஹேடாவில் நெடுஞ்சாலையில் இடப்புறம் திரும்பி, சேவைச் சாலையில் முழுதும் எதிர்த்திசையில் புழுதியில் பயணித்து, அல்வார் செல்லும் பாதையில் திரும்பினோம். கடுகுச் செடி வயல்களுக்கு நடுவே பெரும் அசுரனாக புகை கக்கி நின்ற தொழிற்சாலையின் பாதையைக் காட்ட அதில் சீரான வேகத்தில் செலுத்தினார். அங்கு பேசவேண்டிய விடயங்களை மனதில் தயார் படுத்திக்கொண்டிருக்க, காரை புழுதி பறக்க ஒரு மரத்தடியில் நிறுத்தினார்.

''போய் வர ரெண்டு மணி நேரமாகும்'' என்றேன். பதில் சொல்லாமல், செல்ஃபோனை எடுத்து யாரிடமோ அமைதியாகப் பேசத் தொடங்கினார். பாதுகாப்பு சோதனையில், எனது லேப்டாப் பையைப் பிரித்து உள்ளிருந்த எலக்ட்ரானிக் பொருட்களை அடையாளம் காட்டிக்கொண்டிருந்தபோது சற்று தொலைவில் மஞ்சித் சிங் கத்துவது கேட்டது. பஞ்சாபி. ஜாட் மக்களின் கெட்ட வார்த்தை கலந்த பண்படாத மொழி. காது புளிக்கும் அளவுக்கு கொடிய வார்த்தைகள். செக்யூரிட்டி நிமிர்ந்து பார்த்தார். ''முன்னா, அந்த டிரைவரை இன்னும் தள்ளிப்போய் பேசச் சொல்லு. கம்பெனி வாசல்ல நின்னுகிட்டு கேவலமாப் பேசக்கூடாதுன்னு சொல்லு.''

இரண்டரை மணி நேரம் கழிந்து நான் வெளிவந்தபோது, மஞ்சித் சிங் அமைதியாக ஒரு மரத்தடியிலிருந்த கயிற்றுக்கட்டிலில் அமர்ந்து டீ குடித்துக் கொண்டிருந்தார். டீயும், அதரப் பழசான பிஸ்கெட் பாக்கெட்டுகளும் தவிர அங்கு எதுவும் கிடைக்காது.

ஒரு முறுவலுடன், வண்டியைக் கிளப்பினார்.

''கடுகு சர்ஜி. இன்னும் நல்லா விளைஞ்சிருக்கு. ஒரு மாசத்துல அறுவடை இருக்கும். அதோ பாருங்க, குட்டையா ஒரு செடி...''

ஆமா என்றேன். பொன்னிறத்தில் சாய்ந்து நின்றுகொண்டிருந்தன அவை.

''குட்டை ரகக் கோதுமை. பசுமைப் புரட்சின்னு சொல்லுவாங்களே? அதுக்கப்புறம் வந்த ரகம் இது. நல்ல மகசூல் இருக்கும். புழு வெட்டாது.''

''என்னமோ கத்திப் பேசிட்டிருந்தீங்களே? என்னது அது?'' என்றேன். எனக்குத் தெரியாத வேளாண்மையிலிருந்து விடுபடுவது நல்லது.

''ஆங். தம்பி சர்ஜி. பெரியவங்க கிட்ட கேக்காம ஆம்புலன்ஸுக்கு சொல்லிவிட்டிருக்கான். அவங்க மாமா உடலை எடுக்கணும்னு வந்து நிக்கறாங்க. பாட்டியாலா, குர்தாஸ்பூர்லேர்ந்து இன்னும் ஆட்கள் வரலை. இளைய மாமா கேட்டிருக்காரு. இவன் கோபத்துல என்னமோ வார்த்தை விட்டிருக்கான். அதான் பிடிச்சு ஒரு ஏறு ஏறினேன்.''

''சரி, அதுக்காக இப்படி கெட்ட வார்த்தை போட்டுப் பேசணுமா? தம்பி தானே?''

''அதான் பேசினேன். தர்மம்னு இருக்கு சர்ஜி. அதை மீறினா, கருமம் எவ்வளவு நல்லா இருந்தாலும் விளைவு மோசம்தான். தட்டிக் கேக்கறது என் கர்மம். தருமமும் கூட.''

சற்று மௌனமாக இருந்தேன்.

''இப்படி பேசறேனே... என்னைப் பத்தி என்ன நினைக்கறீங்க?'' என்றார்.

''தர்மம், கர்மம்னு விஷயம் தெரிஞ்ச, நல்ல புலனடக்கத்தோட இருக்கிற ஆள். உழைப்பாளி.''

ஒரு நிமிடம் மௌனமாக இருந்தார்.

''நான் ஒரு மர்டர் கேஸ்ல உள்ள போனவன் சர்ஜி.''

ஆடிப்போனேன் ''மர்டர்?''

''அஞ்சு வருஷம் உள்ள இருந்தேன். தொண்ணுத்தஞ்சுல ராஜஸ்தான்ல - பாகிஸ்தான் பார்டர்பக்கம் ஒரு நிலம்... நானும் என் கூட்டுக்காரங்களும் சேந்து வாங்கிப்போட்டோம். அபின்... பார்டருக்கு அந்தப்பக்கமிருந்து வரும். புதைச்சு வக்கணும். அப்புறம் லாரில வச்சு பஞ்சாப், ஹரியானா, தில்லின்னு சப்ளை. நல்ல லாபம். பார்ட்னர் ஒருத்தன் ஏமாத்தப் பாத்தான். நானும் என் சகாக்கள் ரெண்டுபேருமா, குர்கான்ல அவனை கையும் களவுமாப் பிடிச்சு கேட்டோம். திமிராப் பேசினான். கோவத்துல அடிச்சிகிட்டோம். பயங்கரமா சண்டை. கிடைச்சத வச்சு அடிச்சோம். திடீர்னு பாக்கறேன். அமைதியா விழுந்து கிடந்தான். அப்புறம்தான் தெரியுது, ஆளு போயிட்டான்னு. ஒரு கத்தி குத்து... போலீஸ் எல்லாரையும் உள்ள போட்டுச்சு. யார் குத்தினதுன்னு தெரியல. போலீஸால எங்களை முழுசும் குற்றவாளின்னு நிருபிக்க முடியல.

நிலம் போச்சு. பெரிய அளவுல பணம் கொடுத்து அபின் கடத்தல் கேஸை மூடினோம். பட்டியாலாவுல வீடு போச்சு. கலியாணமாகி

ரெண்டு வருஷமாயிருந்துச்சு எனக்கு. மூத்தவ கைக்குழந்தை'' ஸோனேபத் தாண்டிக்கொண்டிருந்தோம்.

''தூங்கிக்கொண்டிருந்த குழந்தையின் நெற்றியில் முத்தமிட்டு ஜெயிலுக்குப்போனேன். அந்த மிருதுத்தன்மையை நாடிக்கொண்டே யிருந்தேன். அப்பத்தான் உலகம் புரிஞ்சுது சர்ஜி. ரெண்டு விசயம் மட்டும்தான் நிச்சயம். நம்ம நியதி மூலமான ஒழுக்கம், செயல். மத்ததெல்லாம் நிகழ்வுகளின் தாக்கம் மட்டும்தான். ஜெயில்ல கத்துகிட்டது இதெல்லாம்.''

''பாசம், காதல், அன்பு கூடவா?''

''அதுவும் நியதி, செயல் வகைப்பட்டதுதான். அம்மாவின் அன்புங்கறது இயற்கையின் நியதி. கலாசார நியதி அதனை செறிப்படுத்துது. இந்த செறிவுடன் மனைவியின் காதல் இருக்க மாட்டேங்குதே? ஏன்? அது கலாசார கெட்டிப்படுத்துதல் மட்டும்தான். இயற்கை மனைவின்னு ஒண்ணு படைக்கலை சர்ஜி. கூடுதல் என்பது குழந்தை உண்டாக்க, உயிரினத்தின் உணர்வுப் பொங்குதலைத் தணிக்க... அவ்வளவுதான்.''

''அப்ப நியதி செயல் ரெண்டும் இருந்தா மட்டும் போதுமா? செயல்ங்கறீங்களே? அது என்ன?''

''செயல் கருமம்கறது, சர்ஜி, நியதிகள் நெறிகள் வழியே நடக்க நடக்க செறிவுபடுத்தவும், உறுதிப்படுத்தவும் நடக்கும் நிகழ்வுகள். சில, நம்மூலம் நடக்கின்றன. சில நம்மை நடத்துகின்றன. வர்மாஜி கையை ஓங்கினது அந்த ஆளு கையில, அவர் செயல் இல்லைன்னு காட்டுது. ஒரு அறை நான் அடிச்சிருந்தா, ரத்தம் கக்கி, கரோல்பாக்லேயே காலமாயிருப்பாரு வர்மாஜி. எனது நியதி, என் செயல்களைக் கட்டிப்போடுது. என் செயல்கள் என் நியதி வழி நடப்பதை செறிவடைய வைக்குது.''

சோனேபத் ஏரியாவைக் கடந்திருந்தோம்.

''தம்பியைத் திட்டினேன். அது செயல் என்பது நியதி வழி நடப்பதன் உறுதியைக் காட்டறதுக்கு. இதுதான் காட்ட வேண்டிய இடத்துல கோபத்தைக் காட்டணும்கறது. சர்ஜி, நீங்க எந்த டெர்மினல் போகணும்? கேக்க மறந்துட்டேன்.''

''T3'' என்றேன், பெரும் சிந்தனை வயப்பட்டவாறே. சாரதி ஒருவன், நியமம், கருமம் குறித்துப் பேசுவது இது முதல்முறையல்ல. ஆயிரம் ஆண்டுகளுக்கு முன்பு இரு படைகளுக்கு நடுவே ஒரு சாரதி பேசினான்.

''என்னமோ உங்ககிட்ட பேசணும்னு தோணிச்சு சர்ஜி. அதிகம் பேசியிருந்தா மன்னிச்சுங்க.''

''அடடே. அதெல்லாம் ஒண்ணுமில்ல மஞ்சித்ஜி'' என்றேன்.

காரை குர்கான்வ் வரும்போது சர்வீஸ் ரோட்டில் ஓரம் கட்டினார். மாருதி கார் உற்பத்தி தொழிற்சாலை சற்று தொலைவில் தெரிந்தது.

ஒரு மைல் கல் போலிருந்ததன் அருகில் நின்றார். கால்களை விரித்து, கைகளை நெஞ்சின் குறுக்கே கட்டி மௌனமாக நின்றார். அவரது தொளதொளவென்றிருந்த பைஜாமா காற்றில் சலசலக்க, மெல்ல என்னை நோக்கித் திரும்பினார்.

''சொல்லப்படாத கர்மம் இன்னும் ஒன்றிருக்கு. அதுவும் இன்னியோட தொலையும்.''

''என்னது அது?'' என்றேன். குருத்வாராவிலோ, அல்லது எதாவது குருஜியிடமோ போய் தன் மனக்குறையைச் சொல்ல நினைத் திருக்கலாம். அல்லது மசூதியில் ஒரு மன்னத் நிறைவேற்றத் திட்டமிட்டிருக்கலாம்.

'தெரியாத ஒரு மனுஷன் முன் இயற்கையோடு உன் செயலைப் பகிர்ந்துகொள். உலகெங்கும் இருக்கும் மனித மனம் என்பது எண்ணிக்கையில் ஒன்றுதான். அதுவே எல்லாரிடமுமாக எல்லாமுமாக வியாபித்திருக்கிறது. தனது செயலை தானே மனது, மற்றவனா யிருக்கும் தனக்குச் சொல்லிக்கொள்ளுமானால், உண்மையான மனது ஒன்றே, தெய்வம் ஒன்றே என்பதை நீ அறிவாய்.''

நான் மௌனமாகக் கேட்டிருந்தேன். சர் சர் என கார்களும், பெரிய லாரிகளுமாக நெடுஞ்சாலையில் வாகனங்கள் விரைந்து கொண்டிருந்தன.

''இந்த இடத்தில் வைத்துதான் அவன் வயிற்றில் கத்தியைப் பாய்ச்சினேன்'' என்றார் மஞ்சித் சிங்.

2

அம்ம

''சார்'' என்றார் சங்கரன் நாயர், சற்றே தயக்கத்துடன். காரின் பின் சீட்டில் இருந்த கே.பி.ஜா கேட்டதாகத் தெரியவில்லை. சங்கரன் மிகுந்த தயக்கத்துடன் பின்னால் முன்சீட்டில் இருந்து திரும்பி மீண்டும் சார் என்றபோது, நான் அவர் நோக்கி முன்னே குனிந்தேன். முன் கோபியான ஜா, எப்ப எரிந்து விழுவாரென்று சொல்ல முடியாது.

''நாயர், எதாச்சும் டீக்கடையில நிறுத்துங்க. ஜா எந்திக்கும்போது பேசுங்க.'' நாயர், புரிந்ததாகத் தலையாட்டி ''பஷீர்,'' என்று டிரைவரை அழைத்தார். பஷீர் லேசாக முறுவலித்தது போன்றிருந்தது.

கேரளாவில் டூர் என்றால் பஷீரை அழைத்து விடுவார் சங்கரன். நாங்கள் எந்த கம்பெனிக்கு எப்போது போகவேண்டுமென்பதை பஷீர்

சொல்லிவிடுவார். எந்த அலுவலகத்தில் எவன் எப்போ வருவான் என்பது அவருக்கு அத்துப்படி.

எண்ணெய் சுத்திகரிப்பு ஆலையிலிருந்து, எர்ணாகுளம் நோக்கி வந்துகொண்டிருந்தோம். ''சார், இங்கேயிருந்து கொஞ்ச தூரத்துலதான் சோட்டானிக்கர பகவதி அம்பலம். அம்மய ஒந்நு தொழுதுட்டு வராம்.''

எனக்கும் அந்த ஐடியா சரியாகப்பட்டது. சீக்கிரமாக ஓட்டலுக்குப் போய் என்ன செய்யப்போகிறோம்?

டீயை உறிஞ்சிக்கொண்டிருந்த ஜா தலையை ஆட்டி மறுதலித்தார் ''நோ. எனக்கு ஓட்டலுக்கு போகவேண்டும். டெல்லியிலிருந்து அதிகாலை கிளம்பியிருக்கேன். தூக்கம் வருது.''

''ஒரு மணிநேரம் கூட ஆகாது. சட்டுனு தொழுதுட்டு வந்துரலாம். சொல்லுங்க சார்'' சங்கரன் என்னை நிமிண்டினார். கம்பெனிக்குப் புதிய ஆளென்பதால், அவருக்குச் சொல்லத் தயக்கம்.

''சங்கரன். உங்கள் நம்பிக்கையை நான் மதிக்கிறேன். ஆனால் அதுக்காக எல்லா கோயில் கோயிலாச் சுத்த என்னால முடியாது. ஸாரி. நீங்க வேணும்னா அப்புறமா போங்க...'' ஜா, சாய்ந்து அமர்ந்து உறங்க முயன்றார்.

சங்கரன் கண்கள் 'ப்ளீஸ்' என்பது போலிருந்தது. ''ஜா, ஒரு மணி நேரம் மட்டும்தானே? வேணுமானா நீங்க கார்ல இருங்க. நாங்க போயிட்டு வந்துடறோம்'' என்றேன். ''உங்க இஷ்டம்'' என்றார் ஜா சுருக்கமாக.

கோயிலின் ப்ரதான வாயிலின் அருகே இறக்கிவிட்டுவிட்டு, பஷீர் காரை எடுத்துச் சென்றார். சங்கரன் 'அம்மே நாராயணா, தேவி நாராயணா' என்று மெல்ல உச்சரித்துக்கொண்டே வந்தார். பழைய கோயில், ஆதி பகவதியின் சன்னதி, மன நிலை பிறழ்ந்தவர்கள் ஆடிக்கொண்டிருந்த இடங்கள் என வந்தபோதும் அவர் அம்மே நாராயணா என்று சொல்வதை நிறுத்தவில்லை.

காரில் செல்லும்போது சங்கரனிடம் கேட்டேன். ''அதென்ன அம்மே நாராயணா? நாராயணன் என்பது புருஷோத்தமனின் பெயர். அதுக்கு எப்படி பெண்பாலான அம்மே எனச் சொல்ல முடியும்?''

சங்கரன் வாயெடுக்குமுன்னே பஷீர் பேசினார் ''சாரே, அம்மே, அம்மியாணு சத்யம். அவளில்லாம நம்ம ஜனனம் கிடையாது. படைச்சது அவளத்தானே இருக்கணும்?''

அசந்து போனேன். ஜா-வும் புருவங்களை உயர்த்தினார். அவருக்குப் புரியும் வகையில் மலையாளி இந்தியில் பஷீர் பேசியதும் அவருக்கு வியப்பு தாங்கவில்லை.

பஷீர் புன்னகைத்தார். ''எண்ட அச்சன் எப்பளோ மரிச்சு போயி கேட்டோ சாரே? அம்மியாணு சகலமும். அம்மியுட இருக்கான் வேண்டி மாத்ரமாணு, ஞான் அபுதாபி போகாதிருந்நு.'' முப்பது வயதாகியும் பஷீர் திருமணம் செய்துகொள்ளவில்லை. பெருமளவில் சொந்தமாக படித்திருந்தார்.

பஷீரின் வண்டியில் மங்களூர் விரைந்தபோது, ஜாவின் அன்னை, ராஞ்ச்சியின் அருகே ஒரு வீட்டில் தனது தூரத்துச் சொந்தக்காரர்களுடன் இருப்பதை அறிந்தோம். ''அம்மாவுக்கு டெல்லி ஒத்துக்கலை. பேரன் பேத்திகளோட எப்பவும் ஒரு சண்டை.'' அதைச் செய்யாதே, டி. வி போடாதே, படி'ன்னு எதோ ஒரு அட்வைஸ் எப்பவும். அதோட, சமையல், வீட்டு விஷயங்களில் தலையிட்டுக்கொண்டே இருப்பதாக என் மனைவியும் சொன்னாள். சரின்னு ராஞ்ச்சில போய் இரும்மான்னுட்டேன்.''

''அடிக்கடி போய்ப் பாப்பீங்களோ?'' என்றேன்.

''எங்க? ராஞ்ச்சி நான் அடிக்கடி போவேன், பொக்கரோ, ரூர்க்கேலா ஸ்டீல் ப்ளாண்ட் போறப்போ பாக்கணும்னு தோணும். நேரம்? அதெங்க இருக்கு? வருஷத்துக்கு ஒரு தடவ பாத்தா பெரிய விஷயம்.''

சங்கரன் அதன்பின் சோட்டானிக்கரை பகவதியின் பெருமைகுறித்துப் பலதும் சொல்லிக்கொண்டே வந்தார். ஜா இடைமறித்து ''மன நிலை பாதித்தவர்களெல்லாம் இருக்கும் இடத்தில் எப்படி உங்களால் வணங்க முடிகிறது? உக்கிரமான வழிபாடு என்னை நெருடுகிறது. என்னால் இதனால்தான் கல்கத்தாவில் காளிகோயிலுக்கு போகமுடிவதில்லை'' என்றார். சங்கரன் ஏதோ சொல்ல வந்து, என் கண் ஜாடையில் அடங்கிப்போனார். ஜாவுடன் விவாதிப்பது கல்லுடன் பேசுவதை விட அபத்தமானது, அபாயமானதும்கூட. கல் ஒன்றும் செய்யாது. ஜா விபரீதமாக செய்ய சாத்தியங்கள் இருக்கின்றன.

மங்களூர் எண்ணெய் சுத்திகரிப்பு ஆலையில் வேலையை முடித்துவிட்டு கிளம்பும்போது ஜா மொபைலைப் பார்த்து ''அத்.. தேரி...'' என்றார் ஒரு கெட்டவார்த்தையுடன். ''விமான சேவையை நிறுத்தி வச்சிருக்காங்களாம். மழை கொட்டுதுன்னு. நமக்கு அப்படியொண்ணும் தீவிரமா மழை தெரியலையே?''

இரு மணி நேரத்தில் மேலும் செய்தி வந்தது. ''இரு நாட்களுக்கு விமான சேவை முடக்கம்.''

''என்ன செய்ய, இந்த ஊர்ல?'' என்றார் ஜா, டென்ஷனாகி.

''சார், குக்கே சுப்ரமண்யா, கொல்லூர்னு போயிட்டு வரலாமா?'' என்றார் சங்கரன் ரகசியமான குரலில்.

''மலைப்பகுதி நல்லாயிருக்கும் ஜா. போலாமா? அப்படியே இரண்டு கோயில்களும் பார்த்தமாதிரி இருக்கும்'' என்றேன். ஜாவின் முகம் கடுகடுத்தது என்றாலும் ஒன்றும் சொல்லாமல் வண்டியில் ஏறினார்.

குக்கே சுப்ரமண்யாவில், ஒரு ஓட்டலில் சாப்பிட அமர்ந்தோம். ''நாளைக்கு அம்மன் கோயில் போறீங்கன்னா நான் வரலை.'' என்றார் ஜா பிடிவாதமாக. ஓட்டலில் திடீரென கூட்டம் சேர்ந்தது. கன்னடமோ, துளுவோ காரே பூரே எனப் புரியாத வட்டார வழக்கில் உரக்கப் பேசியவாறு... ஏதோ கிராமத்தைச் சேர்ந்தவர்களெனத் தெரிந்தது.

''அம்மையை வேண்டாம்னு சொல்லாதீங்க சாரே'' என்றார் பஷீர், டீயை உறிஞ்சியபடி. ''அம்ம எல்லாருக்கும் ஒண்ணுதான். அம்மா, மா, அம்ம, அம்மி... எல்லாம் ஒரே அன்புதான். அதன் வடிவம் உறைந்து நிற்கிற காட்சியைத்தான் உயிரோட அம்மாவாகப் பாக்கிறோம். நீங்க சில சிலை வடிவத்துல பாக்கறீங்க.''

ஜாவின் முகம் கடுத்தது. ஒரு டிரைவர் எனக்கு அறிவுரை சொல்வதா? அவர் முகத்தில் ஒரு நக்கலுடன் புன்னகை தோன்றியது. ''எல்லாருக்கும் பொதுவான கடவுள்னா நீங்க ஏன் கும்பிட மாட்டேங்கறீங்க, பஷீர் பாய்?''

பஷீர் வாயைத் துடைத்துக்கொண்டார். நான் டென்ஷனானேன். இது மதவாத விவாதம். பயங்கரமாக வெடிக்கவும் சாத்தியமுண்டு. ''பஷீர், நீங்க போய் வண்டிய எடுங்க'' என்றார் சங்கரன் நிலைமையைப் புரிந்துகொண்டு.

ஒரு முதியவரும், கைக்குழந்தையுடனான ஒரு இளம்பெண்ணும் ஓட்டலில் நுழைந்தனர். முதியவர் கையில் பைகள் நிறைந்திருக்க, அவர்கள் களைத்திருந்தனர். இருக்க இடம் தேடி அங்குமிங்கும் முதியவர் பார்த்துக் கொண்டிருந்தார்.

''எனக்கு அம்பலத்தினுள்ளே வரவேண்டாம் சாரே. அம்ம என் வீட்டில் இருக்கிறாள். பாக்கணும்னா 'அம்மி'ன்னு சொன்னாப்போதும். அவளுக்கு ஒரு கட்டன்காப்பி வைச்சுக்குடுக்கிற சந்தோஷம்... சாரே. அற்புதமாணு அம்ம-ன்ன விளி''

''ஒரு உக்கிர வடிவை வணங்க முடியுமா? அம்ம என்றால் கருணை, பாசம்''

''அம்மைய அம்மையா பாக்கணும் சாரே. அவ சாந்த ரூப சுந்தரி மாத்ரமல்லா... பயங்கர சுந்தரியாணு. உக்கிரம் சுந்தரம். எண்ட அம்மிக்கு உக்கிரமாயிட்டு சூடு கேறும்போழ். இப்பொழும், தெரி விளிச்சு, என்ன அடிக்கும்... எங்கிலும், அவள்ட அடுத்து நிக்குன்னது ஒரு சுகம்தன்னே.''

காரே பூரே கும்பல் டேபிள்கள் முழுதும் ஆக்ரமித்திருக்க, நாங்கள் எழுந்திருக்க முயன்றோம். முதியவரை என் அருகே காலியாயிருந்த இருக்கையில் அமரச் சொன்னேன். வலியுடனான ஒரு சிரிப்புடன் அவர் அமர்ந்தார். தோளில் தூங்கும் குழந்தையுடன் அப்பெண் தவிப்புடன் எங்கோ பார்த்துக்கொண்டிருந்தாள்.

''லேடீஸ் டாய்லெட் எங்க இருக்கு?'' என்றார் முதியவர், பணியாளரிடம். அவர் கைகாட்ட, பெண், குழந்தையை முதியவரிடம் கொடுத்துவிட்டு அங்கு விரைந்தாள்.

''அம்ம பற்றி இவ்வளவு சொல்றீங்களே, பஷீர் பாய். உங்க அம்மா உங்களுக்கு மட்டும்தான் தாயா இருக்க முடியும். இது உடல், பயோகெமிஸ்ட்ரி, மரபணு சமாசாரம். ஒவ்வொரு தாயும் ஒரு மனுஷி. எத்தனையோ வகையான தாய்மார்கள். மனுஷ உறவையும் தெய்வ வழிபாட்டையும் பிரிச்சே வைங்க. தாயன்புங்கறது சுயநலமான ஒன்றாக மட்டுமே இருக்கமுடியும்.'' என்றார் ஜா.

முதியவர் கையிலிருந்த கைக்குழந்தை விலுக்கென பதறியது. விழித்துக்கொண்டு பெருங்குரலில் அழத்தொடங்கியது. அவருக்கு தெரிந்த உச் உச், கொட்டி, கையில் வைத்து ஆட்டி என என்னவெல்லாமோ செய்து பார்த்தார். அதன் குரல் பெரிதாகிக்கொண்டே போனது.

ஜா பேசுவதை நிறுத்தி எரிச்சலுடன் முதியவரைப் பார்த்தார். அவர் அசட்டுச் சிரிப்புடன் 'ஷி இஸ் ஹங்க்ரி' என்றார். தவிப்புடன் பெண் சென்றிருந்த வழியைப் பார்த்தார்.

ஓட்டலில் பலர் எங்கள் டேபிளைப் பார்க்கத் தொடங்கினர். பஷீர். ''பால் ஆர்டர் பண்ணட்டுமா?'' என்றார் முதியவரிடம். ''வேணாம்'' என்றார் அவர், தர்மசங்கடமாக. குழந்தை இன்னும் முலைப்பால் தாண்டவில்லை போலும்.

அடுத்த டேபிளில் இருந்த கிராமப் பெண்கள் அம்முதியவரைப் பார்த்தனர். முதிர்ந்தவள் ஒருத்தி எழுந்துவந்து குழந்தையை வாங்கினாள். அருகே இருந்த மற்றொரு பெண், உறங்கிக்கொண்டிருந்த தன் குழந்தையை டேபிளின் மறுபுறம் அமர்ந்திருந்த ஆண்களிடம்

கொடுத்துவிட்டு, அழும் குழந்தையை தன் மார்போடு சேர்த்து அணைத்தாள். மூடிய சேலையில் அதன் குரல் இரு முறை கேட்டது. அதன்பின், அமைதி.

முதியவர் தடுமாறி எழுந்தார். அப்பெண்ணை நோக்கி கை கூப்பினார், கண்களில் நீர்வழிய. சங்கரனின் கைகள் தானாகக் குவிந்ததைக் கண்டேன். ஜா அமைதியாக இருந்தார். பஷீர் நிதானமாக எழுந்து கார் நோக்கிச் சென்றார்.

''சார் எந்தா பறைஞ்னு? பல அம்மைகள் உண்டுன்னோ? அம்மங்கறது பல ரூபம் எடுக்குன்ன ஒண்ணு சாரே. அது அன்பின் வார்ப்பு. நான் அம்பலத்துல தொழுதாலும் தொழாட்டாலும் எண்ட அம்மியோட ரூபத்துல அன்பு எனிக்கும் உண்டு. எல்லையற்ற அன்பு, அதுதான் இறைவன்.'' பஷீர் பாயின் குரல், காரின் மேற்கூரையில் தட தடவென கொட்டும் மழையொலியை மீறி ஒலித்தது

அடை மழையால் மங்களூரில் விமானப் பயணச்சீட்டை கேன்ஸல் செய்ய வேண்டிவந்தது. மீண்டும் சாலை வழியே கொச்சி பயணித்தோம். எர்ணாகுளம் ஓட்டலில் இறங்கும்போது ''சோட்டானிக்கர எவ்வளவு தூரம்?'' என்றார் ஜா.

3

ஆதிமூலம்

‘‘ஜிஞ்சர் ஓட்டல், வடபழனின்னா எல்லா ட்ரைவருக்கும் தெரியும் சார்’’ ஓட்டல் ரிசப்ஷனில் இருந்த பையன் சொன்னதை நம்பியது என் தவறுதான். ‘‘எந்த ஓட்டல் சார்?’’ என்ற டிரைவரின் கேள்விக்கு அருகிலிருந்த பிரபல பாலியல் மருத்துவமனையின் பெயரும் உதவவில்லை. மெட்ரோ இன்னும் அங்கு ஓடாத காலம். மொட்டை மொட்டையாக தூண்கள் நிமிர்ந்த இடத்தில் எப்படி அடையாளம் சொல்வது? என்று முழித்த இரு நாட்களுக்குப் பின், மூன்றாவது நாள் ‘‘தெரியும் ஐயா. பத்து நிமிஷத்துல வந்துருவேன்’’ என்ற மரியாதையான, மெதுவான குரல் ஆறுதலாக இருந்தது. தனியார் வண்டிகளின் சிரமம் புரிந்து போய், சென்னை ப்ராஞ்ச் ஜி.எம். வெங்கட், தனது வண்டியை டிரைவருடன் அனுப்பி வைத்திருந்தார்.

வந்து நின்ற மனிதருக்கும் குரலுக்கும் கொஞ்சமும் சம்பந்தமேயில்லை. நெடுநெடுவென ஆறு அடி

உயரம், முகத்தில் பள்ளங்களாக பல வடுக்கள், சற்றே முன் தள்ளியிருந்த இளம் தொந்தியென ஒரு எம்.ஜி.ஆர் பட அடியாளை நினைவுபடுத்தினார். ''வணக்கம்'' கை கூப்பினார் ''எம்பேரு ஆதிமூலம். மெதுவா ஆவட்டும். என்ன, கொஞ்சம் சீக்கிரமா கிளம்பினா, ஓ.எம்.ஆர் ட்ராஃபிக்ல மாட்டவேண்டாம் பாருங்க''

கூடவந்த கந்தசாமி, போகும்வழியில் ''படுத்துக்கொள்ளவேண்டும்'' என்றான். அவனை பின் சீட்டில் படுக்க வைத்துவிட்டு, ஆதிமூலத்தின் அருகே முன்பு அமர்ந்துகொண்டேன்.

''என்ன ஒடம்புக்கு?'' என்றார் ஆதிமூலம். ''தலை சுத்துதாம். ப்ரஷரா இருக்கும். மாத்திரை போட்டாரா தெரியாது'' என்றேன். ''பித்தமாயிருக்கும் சார். அவர் ஏப்பம் விட்டப்பவே நினைச்சேன்.''

''நாட்டு மருந்து தெரியுமோ?''

''இல்ல. கொஞ்சம் கொஞ்சம் அனுமானந்தான். ஊர்ப்பக்கம் பெரியவங்க பித்தம்லா கேறிக்கிடக்குன்னுவாங்க. இஞ்சி தட்டிப் போட்டு ஒரு கசாயம், இல்ல ஒரு டீ கூட கொறச்சிரும் பாத்துகிடுங்க.''

''அட, எந்தூரு ஒங்களுக்கு?'' என்றேன். அவர் நெல்லைத் தமிழில் சட்டென பிரகாசித்து ''நாங்க களக்காடு பாத்துகிடுங்க. அம்ம நாகர்கோவில் பக்கம்'' என்றார், ரோட்டிலிருந்து கண்ணை எடுக்காமலேயே.

''நம்மூருக்கு நெருங்கி வந்துட்டீய. நானும் திருநவேலிதான்'' என்றேன்.

''ஹ. ஹ'' சிரித்தார் ஆதிமூலம். ''எது நம்மூரு சார்? சொந்த வாசல் தாண்டி, ஊர் கடந்தாச்சுன்னா, எல்லா ஊரும் ஒண்ணுதான். என்ன சொல்லுதீய? அது அமெரிக்காவாட்டும், ஆண்டிப்பட்டியாவட்டும், எல்லாம் கணக்குதான்.''

''அதுவுஞ் சரிதான்'' என்றேன். முன்னே அவர் சீட்டின் அருகே சில பொம்மைகள் கிடந்தன. குழந்தைக்கு வாங்கிப் போகிறாராயிருக்கும்.

வேலை முடிந்து கிளம்பும்போது இருட்டிவிட்டிருந்தது. ''கொலைப் பசி ஆதிமூலம், எங்கயாச்சும் நிறுத்துங்க. ஒரு பரோட்டா சால்னா போதும்.''

ஆதிமூலம் பேசாமல் ஓட்டிச்சென்றார். ரோட்டிலிருந்து சற்றே விலகி ஒரு வீட்டினருகே நிறுத்தினார். ''இங்க சாப்பிடலாம் சார்.'' அவருக்கு ஏதாவது கமிஷன் இருக்குமோ? ''வீட்டு சாப்பாடு பாருங்க. வயிரு கெடாது... அந்தய்யா வேற காலேல பித்தத்துல கெடந்தாருல்லா...'

ஹாலில் இரு மேஜைகள் போடப்பட்டு அதன் மீது ஒரு ரெக்ஸின் துணியை விரித்திருந்தார்கள். நிச்சயமாக இது ஒட்டல் இல்லை. ஒரு மெஸ் கூட இல்லை.

பரிமாற வந்த இளைஞனின் கால்கள் சூம்பியிருந்தன. வீல் சேரில் அமர்ந்திருந்த ஒரு குண்டு பெண்மணி பெரிதாகப் புன்னகைத்தார். ''இவங்க ரோஸ் மேரி டீச்சர்... பிஹார்ல ஒரு மிஷனரி ஸ்கூல்ல இருந்தாங்க பாத்துகிடுங்க. பையனுக்கு போலியோ. இவங்களுக்கு இப்ப முடக்குவாதம். ட்யூஷன் எடுக்காங்கன்னாலும், போறாதுல்லா. நாந்தான் இந்தப்பக்கம் வாரச்சே இவங்க வீட்டுல சாப்பாட்டுக்கு சொல்லிறது. இவன் அருமையா சமைப்பான். மீன் கொழம்பு வச்சான்னு வையுங்க...'' என்றவர் என்னை நிமிர்ந்து பார்த்தார்.

''சார்வாள் சைவம்லா? அதான் காய்கறி சமையல் மட்டுந்தான் இன்னிக்கு'' அவர் குரலில் ஒரு சோகம் இழையோடியது போலிருந்தது. அந்தப் பையன் கையில் இருநூறு ரூபாய் கொடுத்துவிட்டு நாங்கள் மூவரும் கிளம்பும்போது அவன் முகமலர்ந்து, பெரிதாக கையசைத்தான்.

''கால் வெளங்காமப் போச்சுன்னா அதுக்கு இரக்கப்படவேண்டாம். அது பிச்சைக்குல்லா வேணும்? தொழில்ல மரியாதை கிடைக்கி... அவன் சொந்தக் கால்ல நிக்கான் பாருங்க, இது நாலு கால் பாய்ச்சலுக்க்கு சமம்லா, என்ன சொல்லுதீய?''

''பொம்மயா கிடக்கே, ஒங்க பிள்ளைக்கா?'' ''நாங் கட்டலை பாத்துகிடுங்க. அம்மா, லே ஆதி, நீ கட்டினாத்தாம்ல குடும்பம் வளரும்னு அழுதிச்சி. என்ன செய்ய? சின்ன வயசுல, கட்டணும்னு பாத்த பொண்ணு, வேறொருத்தன கட்டிட்டா. நமக்கு கேக்கல.''

''அப்ப, பொம்மை?'' என்றேன்.

''வெங்கட் சாரை ஆபீஸ்ல விட்டுட்டு வேற சோலி இல்லல்லா? பள்ளிக்கூட பிள்ளேளுக்கு ட்ரிப் அடிக்கேன். போயிட்டு வாரச்சே, ஏதாச்சும் கேள்வி கேட்டுட்டே வருவேன். அதுக, எதாச்சும் சொல்லும். திருக்குறள் ரெண்டு பாட்டு சொல்லிக்கொடுத்திருக்கன். சேட்டுப் பொண்ணு சொல்லுதுன்னா பாத்துகிடுங்க.''

''அட, தூள் கிளப்புதீயளே?''

பெருமையாகச் சிரித்தார் ''என்ன கழுத வாழ்க்க? இதுக கீச்சு பூச்சுன்னு கத்திகிட்டே வாரச்சே, மனசு லேசாயிரும். 'பிள்ளேளா, யாரு இன்னிக்கு குறள் சொல்லுதீய?'ம்பேன். எதாச்சும் ஒண்ணு சரியாச் சொல்லும்லா, அதுக்கு ஒரு பொம்மை, அதுக்குள்ள ஒரு சாக்லேட்டும்

கிடக்கு.'' ஒரு கையால் பச்சைக்கலர் கரடிப்பொம்மையின் கழுத்தை நெம்பினார், அதன் உடலுள் இருந்து ஒரு சாக்லேட் வெளியே வந்தது.

''இது பிள்ளேளுக்கு ரொம்ப பிடிக்கும். பிச்சிப் போட்டுரும்ங்க. பிடாரிக, சாக்லேட்டுக்கு எதுவும் செய்யும்'' சிரித்தார். ஒரு பொம்மை, ரியர் வியூ கண்ணாடியில் தொங்கிக்கொண்டிருந்தது.

''அதென்ன, தொங்குது?'' என்றேன்.

''வெங்கட் சார் பொண்ணு பிரியா செஞ்ச வேலை. அதுக்கு பொம்மை ஆடிட்டிருக்கணும். நானும் சேரிம்மான்னு விட்டுட்டேன். பெரிய வீட்டுப் பிள்ளேல் இருக்கு பாருங்க, அதுகளுக்கு ரசனை வித்தியாசமாத்தான் இருக்கு.''

வெங்கட் ஆறுமாதங்களில் பதவி விலகி வேறு கம்பெனி சேர்ந்தபின், எனக்குச் சென்னைப்பயணம் கணிசமாகக் குறைந்துவிட்டது. இரு வாரங்களுக்கு முன், சென்னை விமான நிலையத்தில், காருக்குக் காத்திருக்கையில், தோளில் யாரோ தட்டினார்கள். வெங்கட் நின்றிருந் தார். முடி அதிகம் நரைத்திருந்தது. மீசையையும் மழித்திருந்தார்.

பழைய கதைகளைப் பேசிய பின் ''எங்க போகணும்? நானே கொண்டுபோய் விட்டுடறேன், வாங்க. அதே டாலர்ஸ் - பவுண்ட்ஸ் பில்டிங் ஆபீஸ்தான?.''

கார், டயர் பஞ்சராகி கத்திப்பாரா சிக்னலுக்கு முன்னேயே ஓரம் கட்டிக்கிடப்பதாக, டிரைவர் சொன்னதும், மறுபேச்சில்லாமல் வெங்கட்டின் காரில் ஏறினேன். புதிய டயோட்டா கொரோல்லா 'கம்' என மணத்தது. ''ஜான், லயோலா காலேஜ் எதித்தாப்புல போணும்'' என்றார்.

முன்னே எட்டிப் பார்த்தேன். ஒல்லியாக ஒரு பையன், வெள்ளைச் சீருடையில், திரும்பிப் பார்க்காமல் தலையாட்டினான். கார் ஹைவேயில் திரும்பக் காத்திருந்தது.

''அந்த ஆதிமூலம் இல்லையா, வெங்கட்?''

வெங்கட் பின்னே சாய்ந்தார். ''ஆதிமூலம் இறந்துபோய்விட்டார், தற்கொலை.''

அதிர்ந்தேன், ''எ... எப்படி?''

வெங்கட் பெருமூச்செறிந்தார் ''என் நண்பன், ஆதிமூலத்தின் பழக்க வழக்கத்தில் இம்ப்ரெஸ்ட் ஆகி, பெங்களூருக்கு தன் டிரைவராகக் கூப்பிட்டான். எனக்கும் பிசினஸ் அப்ப சரியா இல்ல, சரி, இனிமே

வேண்டாம்னு, ஆதிமூலத்தை அவர்கிட்ட அனுப்பினேன். பெங்களூர்ல ஸ்கூலுக்கு நாலு பொண்ணுங்களை கொண்டுபோய் விட்டுட்டுக் கூட்டிவந்துட்டிருந்தாரு. அதே மாதிரி, பொம்மை, சாக்லேட்டு கொடுக்கறதுன்னு சந்தோஷமா இருந்தாரு.

நண்பரோட பொண்ணு, ஒருநாள் இவரு தவறாத் தொடறாருன்னு சொல்லியிருக்கா. ஸ்கூல்ல தெரிஞ்சு, வீட்டுல தெரிஞ்சு இவரை ஸ்கூல் கிரவுண்ட்லயே போட்டு அடிச்சிருக்காங்க. இவரு நான் அப்டியெல்லாம் இல்ல, இல்லன்னு கதறியிருக்காரு. யாரும் கேக்கலை. அடுத்த நாள் இவர் எங்கயோ காணாமப் போயிட்டாரு.

அப்புறம்தான் மெல்ல மெல்ல வீட்டுல தெரிஞ்சிருக்கு. ரெண்டு நாள் முன்னாடிதான் ஸ்கூல்ல, நல்ல தொடுதல், தீய எண்ணத் தொடுதல்னு சொல்லிக்கொடுத்திருக்காங்க... டீச்சர்கள் அவ பெற்றோர்னு கலந்து பேசினப்போ அவளுக்கு கற்பனை பண்ணி, கதை பின்னுவது தெரிய வந்திருக்கு. அவளை, நிம்ஹான்ஸ்ல கூட்டிட்டுப் போனதுல சி.எல்.எஸ் - Compulsive Lying Disoorder இருப்பதைக் கண்டு பிடிச்சிருக்காங்க. அய்யோ, தப்பு பண்ணிட்டமேன்னு இவங்க பதறிப்போய் அவரைத் தேடப்போனா, மைசூர் பக்கம், ஆத்துல ஒதுங்கின பிணம்தான் கிடைச்சுது... இப்ப... ஒரு வருஷம் ஆயிருக்குமா? இருக்கும், போன ஆகஸ்டு...'

நான் உறைந்து போயிருந்தேன்.

''என் நண்பன், குடும்பத்தோட டெல்லிக்கு மாற்றல் வாங்கிட்டுப் போயிட்டான். நான் அவன் வீட்டுக்குப் போனப்போ, ஆதிமூலத்தோட பத்து பொம்மைகளை ஒரு பெட்டியில வச்சிருந்தான். ஒண்ணை மட்டும் எடுத்து வந்தேன். ரியர்வியூ மிரர்ல தொங்குது பாருங்க, அது ஒண்ணுதான் ஆதிமூலத்தோட நினைவா இருக்கறது.''

கண் லேசாக இருட்டி வர, முன்னே ரியர்வியூ மிரரில் தொங்கிக் கொண்டிருந்த கரடி பொம்மையின் கழுத்து, கயிற்றில் லேசாக உடலில் இருந்து பிய்ந்து வந்திருந்தது. அதன் வயிற்றில் ஒரு சாக்லேட் இருப்பதாகத் தோன்றியது.

''வண்டிய நிறுத்துப்பா, ஜான்... இங்கயே இறங்கிக்கறேன்'' என்றேன்.

வெங்கட் ஒன்றும் சொல்லவில்லை.

4

கவரிமான்

''அஞ்சரைக்கு வண்டி வந்துரும். ரெடியா இருங்க'' இதை ராத்திரி பத்து மணிக்கு சொல்லும்போது எரிச்சல் வருவது இயற்கை. எனக்கும் வந்தது. ''இன்னும் கொஞ்சம் லேட்டா சொல்லப்படாது?'' என்றேன்.

''ஸாரி. வேற ரூட்ல போறோம். ஹைவேல ஏதோ ஆர்ப்பாட்டம் இருக்கும்ங்கறாங்க. கிராமம் கிராமமா உள்ள போய் மீரட் போயிரலாம். விடியறதுக்கு முன்னாடி கிளம்பிட்டோம்னா, கிராமத்துல கூட்டம் கூடாது பாருங்க...''

ராம் குப்தாவுக்கு எப்படியும் கிளையன்ட் முன்னாடி என்னை நிறுத்தினால் போதும். அடி வாங்கறதுக் கென்றே கம்பெனியில் சில ஆட்களை வளர்ப் பார்கள். அதில் நான் ஒன்று.

குளிர்கால அதிகாலை பனியோடு காரின் கதவுகள் சில்லென்றிருந்தன. டிரைவர் யாரென்று சரியாகப்

பார்க்கவில்லை. அடுத்த திருப்பத்தில், ராம் ஏறிக்கொள்ள தில்லியின் வெறிச்சோடிக்கிடந்த பரந்த சாலைகளில் விரைந்தது.

''ஹைவேல நேத்திக்கு ஒரு ஆக்ஸிடெண்ட். நாலு பேர் பைக்ல போயிருக்கான். லாரி இடிச்சு, நாலு பேரும் ஸ்பாட்ல அவுட்டு. லாரிக்காரன் பயந்துட்டான். நிக்காமப் போயிட்டான். போலீஸ் அவனைப் பிடிக்கலைன்னு கிராமத்துக்காரங்க சாலை மறியல்'' ராம் சொல்லிக்கொண்டே வந்தான். வண்டி குலுங்கியது. ரோட்டிலிருந்து இறங்கி, மெல்ல சரளைக்கற்கள் நிறைந்த சேவைச்சாலையில் ஆடியாடி பயணித்தது. மினுக் மினுக் என்று எரிந்த விளக்குகள் சில நிமிடங்களில் மறைந்தே போயின.

''எதுக்கு இத்தனை பேர் சாலையை மறைக்கணும்?'' என்றேன் சும்மா எதோ பேசவேண்டுமே என்பதற்காக.

''சார். இவங்க உ.பிகாரங்க இல்ல. பிஹார்-ஜார்க்கண்ட் பக்கத்துலேர்ந்து வேலை செய்யறதுக்கு வந்தவங்க. அறுவடை முடிஞ்சதும் கிளம்பி, ஹரியானா, பஞ்சாப்னு போயிறுவாங்க. ஒரு கூட்டமாத்தான் வாழ்க்கை.''

''ஸோ?'' என்றேன்.

''இவங்கள்ல குழுமக்கட்டுமானம் ஜாஸ்தி. அண்ணன் தம்பி எல்லாம் சேர்ந்துதான் வாழணும். அப்பா சொன்னதுதான் சட்டம். அவர் இல்லன்னா, மூத்த அண்ணன்... அவர் சொன்ன மாதிரிதான் மத்தவங்க நடக்கணும். ஒரே சிந்தனைமட்டும்தான் உரக்கக் கேட்கப்படும். ஸர்? என்னமோ சொன்னீங்க... கேக்கலை''

"Group think" என்றேன்.

''அங்?''

''குழுமச்சிந்தனை. அனைவரும் ஒரேமாதிரியான முடிவுகளுக்கு கட்டுப்படுவது. எல்லாருக்கும் அதில் உடன்பாடு இருக்கவேண்டிய அவசியமில்லை. ஆனாலும் கட்டுப்படுவார்கள்.''

''சார்'' என்றான் ராம் குப்தா, சிரித்து. ''நீங்க எதோ உளவியல் தத்துவம்னு சொல்லிட்டு வராதீங்க. இது அவங்க மரபு. படிப்பறிவு கொஞ்சமும் கிடையாது. இந்த 'காரே பூரே' மொழியிலயும் ஒரு இலக்கணம் கிடையாது. சுத்த...'' ஏதோ சொல்லவந்தவன் நிறுத்தினான். சேவைச்சாலை இப்போது கிராமியச் சாலையாக மாறிவிட்டிருந்தது. வயல்களில் சிலவற்றில் பயிர் வளர்ந்திருக்க, மற்ற நிலங்கள் ஒரு உழவுமின்றி தரிசாகக் கிடந்தன.

''ட்ரைவர்ஜி, ஆப்கா நாம் க்யாஹை? என்றான் எச்சரிக்கையாக.''

முன்புறமிருந்து மெல்லிய குரலில் பதில் வந்தது. ஏஸியை நிறுத்தி ஜன்னல் கண்ணாடிகளை லேசாக இறக்கிவிட்டிருந்ததால், சரியாகக் கேட்கவில்லை.

ராம் என்னை அர்த்தபுஷ்டியோடு பார்த்தான். கிசுகிசுப்பான குரலில் ''நினைச்சேன். இவன் அவங்க இனம்தான். நேத்திக்கு கார் கம்பெனியிலேர்ந்து குறுஞ்செய்தி வந்ததுல, பெயர் பார்த்த மாதிரி ஒரு நினைவு. அதான் கேட்டுகிட்டேன். அப்புறம் சொல்றேன் சார்.'' என்று ஒரு பீடிகையோடு நிறுத்தினான்.

முன் இருக்கையில் செல்ஃபோன் சிணுசிணுத்தது. டிரைவர், வயற்காட்டின் ஓரமாக நிறுத்தினான். இரு நிமிட அர்த்தமற்ற சொல்லாடலின் பிறகு பின்னால் திரும்பினான். ''சார், நீங்க இறங்கி, இப்படியே ஓரமா நடந்து கொஞ்ச தூரம் போங்க. ஒரு கிணறு வரும். அங்க இடதுபக்கமா திரும்பி, வயக்காட்டுல நடந்து, மேலே ரோட்டுல ஏறி நில்லுங்க. நான் அப்படியே, பின்னால போய் ஹைவேயில ஏறி வர்றேன்.''

''ஏன்?'' என்றேன் கலவரத்துடன்.

''இங்க இருந்து ஒரு கி.மீ. தூரம் வரை ஹைவேல ஆட்கள் நிக்கறாங்க. ஃப்ரெண்டு ஃபோன்ல சொன்னான். ஆர்ப்பாட்டம் பண்றவங்க எங்க ஆளுங்கதான் சர்ஜி. வண்டில ஆள் இல்லாம நான் தனியா போனா, ஒண்ணும் செய்யமாட்டாங்க. மீரட் போயிட்டு அப்படியே டெஹ்ராடூன் போறேன்னு சொல்லிட்டு வருவேன். ரோடு ஓரமா மரம் பக்கமா நில்லுங்க. ரோடுல தெரியவேணாம்.''

''ராம்'' என்றேன் தீர்மானமாக ''டில்லி திரும்பிடுவோம். உயிரைப் பணயம் வைச்சு இப்படி ஒரு க்ளையன்ட் விசிட் எல்லாம் வேணாம்.''

''கவலைப்படாதீங்க சர்ஜி'' என்றார் அந்த டிரைவர் காரிலிருந்து இறங்கியவாறு. அப்போதுதான் அவனைப் பார்த்தேன். வட இந்திய கோதுமை நிறமெல்லாம் இல்லாது, கறுப்பாக, ஒல்லியாக, சுருட்டை முடியுடன் இருந்தான். அக்கரிய முகம் காலைச்சூரிய ஒளியில் லேசாகப் பளபளத்தது. வயது சொல்ல முடியவில்லை. இளமையாக இருந்தான்.

''இந்த கிராமத்துல எங்க ஆட்கள் கிடையாது. நீங்க, எங்க இனம் கிடையாது. அதுனால இங்க பயமில்ல'' அது கிண்டலா, குத்தலான பேச்சா என்று அனுமானிக்குமுன் அவன் வண்டியில் ஏறியிருந்தான். ராம் எனது லேப்டாப் பையையும் எடுத்துக்கொள்ள, கார் பின்னால் சென்று, திரும்பி வந்த வழியே சென்றது.

வயக்காட்டின் ஓரமாக நடந்தோம். குளிர் ஊசியாக முகத்தில் குத்த, லேசாக நடுங்கியபடி நடந்தேன். ''சர்ஜி'' என்றான் ராம்.

''அப்ப சொல்லிட்டிருந்தேனே... முக்கியமா சொல்லவந்தது... இவங்க இனத்துல பெண்களுக்கு பல்லாண் தொடர்பு உண்டு. பாலியாண்ட்ரி. தம்பி பொண்டாட்டி அண்ணன் வச்சுக்குவான். பிள்ளைங்க குடும்பத்துல பிறந்தது அவ்வளவுதான். எவனுக்குன் னெல்லாம் தெரியாது.'' ராம் குப்தாவின் எள்ளல் சற்றே எரிச்சலூட்டியது.

''இருக்கலாம் ராம்'' என்றேன். ''பல்லாண் மணம் என்பது பண்டைய வழக்கம். அதற்கென காரணங்கள் இருந்தன. இன்று அவை தேவை யற்றவை. எனவே இப்பழக்கம் மறைந்து போனது. சில இனக் குழுக்களில் இன்னும் இருக்கலாம். அதற்கென சில சமூக, பொருளா தார காரணங்கள் இருக்கும். நாம ஒரு நிலையில் இருந்துகொண்டு பேசறது தப்பு.''

''அட, ஒரு காரணமும் இல்ல, என்ன சொல்றீங்க நீங்க? இவங்களுக்கு எவ்வளவோ சலுகை கொடுத்திருக்கு கவெர்மெண்டு. வெளிய வந்தாத்தானே உலகம் தெரியும்? இவங்க இனக்குழு தீர்மானம் மட்டும்தான் செல்லுபடியாகும். தலைவர் படிக்க வேண்டாம்னு சொல்லியாச்சுன்னா, ஒரு பிள்ளையும் படிக்கப் போகக்கூடாது. எல்லாரும் கிளம்பி அடுத்த ஊர் போகணும்னா, அப்ப எல்லாரும் கிளம்பியாகணும். ஒருத்தன்கூட இந்த கட்டமைப்பை மீறி வெளிய வரமாட்டான். நாளெல்லாம் வேலைசெய்யணும். அந்த சம்பளத்தை ராத்திரி குடிச்சே தீர்க்கணும். குடியில எவனோ எவளோடோ...''

''இந்த கிணறுதானே சொன்னான்?'' என்றேன் பேச்சை மாற்றியபடி. ரோட்டில் ஏறி நின்ற இரு நிமிடங்களில் கார் வந்து நின்றது. ''மெதுவாகவே ஏறுங்க. ஒரு பயமும் இல்ல. ஆர்ப்பாட்டமெல்லாம் முடிஞ்சு போச்சு. லாரி டிரைவரைப் பிடிச்சுட்டாங்களாம்...''

மீரட் சென்று திரும்பும்போது, ஜெயின் ஷிக்கஞ்சியின் கடையில் நிறுத்தினான். ''ஷிக்கஞ்சி இங்க நல்லாயிருக்கும் சர்ஜி. குடிச்சுப் பாருங்க'' என்றான் ராம். மூன்று சோடா ஷிக்கஞ்சி ஆர்டர் செய்துவிட்டு காத்திருந்தோம். ராம் அங்கு யாரோடோ பேசிவிட்டு சிரித்தபடி வந்தான் ''சொன்னேன்ல சார். ஆர்ப்பாட்டம் பண்ண முன்னூறு பேர் திரண்டிருந்திருக்காங்க. அந்த கூட்டத்துல தலைவன் யாருன்னு பாத்து, ரெண்டு லார்ஜ் ஊத்திக்கொடுத்து, சரிக்கட்டிட்டாங்க ஊர்க்காரங்க. எவனையோ பிடிச்சு ஒரு போலீஸ் வண்டியில ஏத்தி, இவங்க முன்னாடி கொண்டு போயிட்டு, 'லாரிக்காரன

பிடிச்சுட்டோம்'னு போலீஸ் ட்ராமா ஆடியிருக்கு. முட்டாப்பசங்க, நம்பி எல்லாம் வேலைக்குப்போயிட்டுதுங்க.''

''ராம்'' என்றேன் ''ப்ளீஸ், அது இதுங்காதே''

ராம், நொய்டாவில் வீட்டருகில் இறங்கியபின், தனித்துப் பயணமானோம். டிரைவரின் மொபைல் சிணுங்க, அவன் வண்டியை ஓரம் கட்டி, மெல்லிய குரலில் பேசினான் ''பொறு. பொறு. எங்க இருக்கே?''

''ஷாந்த் ஹோ ஜாவ் (அமைதியாய் இரு). ஜீவ்ராஜ் இப்ப வந்திருவான். நேரா ரயில்வே ஸ்டேஷனுக்கு போயிரு. எப்ப வண்டி?'' பேசியபடி அவன் இறங்கி விலகி நடக்க, அதன்பின் என்ன பேசினானெனக் கேட்கவில்லை. வண்டியிலிருந்து இறங்கி நின்றேன். இரு நிமிடங்களில் திரும்பி வந்தான்

''சர்ஜி, இந்த மொபைல் வழியா பணம் அனுப்பலாம்கறாங்களே? அது எப்படி செய்யணும்?'' அவன் கையில் இருந்த செகண்ட் ஹேண்ட் ஸ்மார்ட் ஃபோனில் ஒரு வங்கியின் ஆப் நிறுவியிருந்தது. ''என் ஃப்ரெண்டு போட்டுக்கொடுத்திருக்கான். அதுல உடனே பணம் அனுப்பலாம்னான்.''

''யாருக்கு அனுப்பறே?'' என்றேன், அவனது போனில் எம். எம். ஐ. டியை வருவித்தபடி.

''என் பொண்டாட்டிக்கு... உடனே போயிருமா சார்?''

''பொறு'' என்றேன் ''அவகிட்ட வங்கிக் கணக்கு இருக்கா? அவளோட எம். எம். ஐ. டி வேணுமே?''

''ஒரு குறுஞ்செய்தி வந்திருக்கும்... கொடுங்க'' என்று வாங்கியவன், ஒரு செய்தியைக் காட்டினான். அதிலிருந்த எண்ணைக் கொண்டு, ரெண்டாயிரம் ரூபாய் அனுப்பினேன்.

''ஊர்ல எதாவது அவசரமோ?''

''அவ மாமா வீட்டுக்கு அனுப்பறேன் சார். மத்தவங்ககிட்ட அவ அப்பா வீட்டுக்குப் போறதா சொல்லச் சொல்லியிருக்கேன்.''

குழப்பத்துடன் அவனை ஏறிட்டேன். அவன் ஒரு நிமிடம் மவுனமாக இருந்தான். அதன்பின் பேசத்தொடங்கினான்.

''எங்க இனத்துல வீட்டில் பெரியவங்க சொல்றதுதான் சட்டம். மீற முடியாது. கூடாது. குடும்ப மானம் அது.'' அவன் எதோ சொல்ல நினைத்து நிறுத்துவது புரிந்தது.

''ஊர்ல கண்டபடி திரிஞ்சுகிட்டிருந்தேன். மூணு வருஷம் முந்தி, அண்ணனை ஒருத்தன் அடிக்கப் போக, நானும் என் நண்பர்களுமாகப் போய் அவனைத் தாக்கினோம். அவன் சீரியஸாகப்போயி... போலீஸ் எங்களைப் பிடிக்கறதுக்கு முன்னாடி ஓடிப்போயிட்டோம். நான் டில்லியில இந்த கார் ஓட்டற வேலையில சேர்ந்துட்டேன். ஆனா பொண்டாட்டியும், பொண்ணும் அண்ணன் வீட்டுல...'' அவன் தொண்டை அடைத்தது.

''அண்ணன் வீட்டுல அவளுக்கு கொஞ்சம் பாதுகாப்பு இல்ல. சொல்லவும் முடியலை. ரொம்ப மீறிப்போனப்போ, போன மாசம் அவ அம்மா வீட்டுக்கு ஓடிப்போயிட்டா. எங்க குடும்பத்து பெரியவங்க பஞ்சாயத்து பண்ணி, அவளை வலுக்கட்டாயமா வரச் சொன்னாங்க. நானும் ஒண்ணும் எதுத்துப் பேச முடியாது''

''ஏன்?''

''அப்படி வளர்ந்துட்டோம் சர்ஜி. என்னதான் ரவுடியா இருந்தாலும், பழக்கம்னு ஒண்ணு இருக்குல்ல? அநியாயம்னு தெரிஞ்சாலும், நெஞ்சு கொதிச்சாலும், ஒண்ணும் செய்ய முடியாது. குடும்பத்துலேர்ந்து விலக்கி வச்சிருவாங்க. நீங்க காலேல சொன்னீங்களே, குழும சிந்தை. அதுன்னே வைங்க.''

இனிமே குடும்பம் ''இருந்தா என்ன, இல்லாட்டி என்ன?பேசாம, பிள்ளை பொண்டாட்டியை கூட்டிவந்து தில்லியில குடும்பம் நடத்துற வழியப் பாரு.''

பெருமூச்செறிந்தான் ''இப்ப வர்ற பணத்துல பாதி என்னை மறைச்சு வக்கறதுக்கே போகுது சர்ஜி. இதுல இவங்களக் கூட்டிட்டு வர்றது கஷ்டம். ஆனா, வரணும். ஒரு நாள் வெளிய வந்துதான் ஆகணும். வேற வழியில்லை.''

அவன் ஃபோன் சிணுசிணுத்தது. பதற்றமாய் எடுத்தவன் உடல் விறைத்தது. ஃபோனின் மறுமுனை ஏதோ பேசப்பேச, அவன் கண்களில் நீர் திரையிட்டது. வாய் பேசாமல் இறுகியது. நான் விலகி நடந்தேன். சில அந்தரங்கங்கள் அம்பலத்தில் வந்தால், நாம் அந்தரங்கமாகச் செல்வதுதான் மரியாதை. அவன் மெல்ல தடுமாறிப் பேசியது மங்கலாகக் கேட்டது.

''ஹான் பையா. என்ன, வீட்டை விட்டுப் போயிட்டாளா? ரொம்பத் தப்பு பையா. அவ அம்மா வீட்டுக்குத்தான் போயிருப்பா... பிடிச்சு இழுத்துட்டு வாங்க. உடம்பைப் பாத்துக்குங்க பையா.''

5

செண்பகாவின் அப்பா

''சரி, இன்னிக்கே கிளம்பி வர்றோம். இல்லேல்லே, நானும் கூடவே வர்றேன். நோ எக்ஸ்க்யூஸஸ்.'' கதிரேசன் ஃபோனை வைத்துவிட்டு எதிரே இருந்தவரைப் பார்த்தார்.

''நாக்கப் புடுங்கற மாதிரி கேக்கறான். எந்த ...யித்துக்கு கம்பெனி நடத்தறேங்கறான்... அவன்பேர்ல தப்பில்ல. கஸ்டமர் இஸ் ஆல்வேஸ் ரைட்.''

முன்னிருந்த சேகர் தர்மசங்கடத்தில் நெளிந்தார் ''ஒரு வாரம்தான் டிலே ஆச்சு சார். பஸவப்பா லீவ்ல போயிருக்கான். வந்ததும் அனுப்பறேன்னு சொல்லியிருந்தேன்.''

''பசவப்பா இல்லேன்னா ஸ்ரீகாந்த்தை அனுப்பியிருக்கணும். நீங்க பண்ணின தப்பு... என் தலைல விடிஞ்சிருக்கு. சரி கிளம்புங்க, பெங்களூர் இன்னிக்கே போயாணும்''

''நானுமா?'' திகைத்தார் சேகர். வீட்டில் சொல்லவில்லை. அடுத்த நாளைக்கு மாற்றுத் துணி?

''நீங்க வராம? நான் மட்டும் போய் என்ன கிழிப்பேன்? சர்வீஸஸ் டிபார்ட்மெண்ட் டைரக்டர்னா நீங்கதான் பொறுப்பு. கிளம்புங்க. அட்மின்ல ராதாகிட்ட சொல்லி ஒரு இன்னோவா புக் பண்ணுங்க''

''சார், நாளைக்கு ஒரு ட்ரஸ்ஸும் எடுத்துக்கல.''

''நான் மட்டும் ரெடியாவா நிக்கறேன்? பெங்களூர்ல வாங்கிப்போம்.'' கதிரேசன் இருக்கையிலிருந்து எழுந்தார். சேகருக்குப் புரிந்தது. இனி வேறு சிந்தனைகள் இல்லை. கதிரேசன், தன் கம்பெனியை நாணயத்திலும், சேவையிலுமே கட்டியிருக்கிறார். அவரளவு விஷயம் போய்விட்ட பிறகு வேறு பேச்சில்லை.

எழுந்து நடந்தவர் மனதில் நாளை மாமனார் மாமியார் வந்திறங்கு வார்களே என்ற கவலை பெரிதாக எழுந்தது. லதா ஏற்கெனவே சொல்லிக் காட்டியிருக்கிறாள். ''எங்கப்பா எங்கம்மா வந்தா மட்டும் நீங்க ஸ்டேஷன்ல போய்க் கூட்டிட்டு வரமாட்டீங்க. இதேநேரம் உங்க சித்தப்பா வரட்டும், ஒரு மணிநேரம் முன்னாடியிருந்தே ஃபோன் ஆரம்பிச்சிரும், 'தாம்பரம் இறங்கவேண்டாம். மாம்பலத்துல நான் வந்துடறேன், சித்தப்பா, படி ஏறவேண்டாம், ஆ, ஊன்னு... எல்லாம் ஒரு பக்கமாத்தான் பாசம், நேசமெல்லாம்.''

அவள் சொன்னதிலும் நியாயம் இருக்கிறது. மாமனார் வயதானவர். மெதுவாகத்தான் இறங்க முடியும்... ஆட்டோவெல்லாம் தானே பிடித்து வரமுடியாது. பெரும் குற்ற உணர்வுடன் லதாவுக்கு ஃபோன் செய்தார். எதிர் முனையில் கிடைத்த வசவுகளை வாங்கிக்கொண்டே, கதிரேசனின் கேபினைப் பார்த்தார். அவர் மின்விளக்குகளை அணைத்துவிட்டு வெளியே கிளம்புவது தெரிந்தது.

''சரி, லதா. பெங்களூர் போயிட்டு கூப்படறேன். கணேஷை விட்டு ஓலாவுல ஆப்ஸ் மூலமா ஒரு கால் டாக்ஸி ஏற்பாடு பண்ணச் சொல்லிடறேன். அவன் செஞ்சுடுவான்.''

அடுத்தமுனையில் லதா ஏதோ தொடங்குமுன் இணைப்பைத் துண்டித்துவிட்டு அவசரமாக நடந்தார். அதுக்குள்ளயா இன்னோவா வந்துருச்சு?

வெள்ளை இன்னோவாவைத் துடைத்துக்கொண்டிருந்த நடுத்தர வயதுக்காரர் ஒரு சலாம் போட்டார். ''வாங்க சார். ரெடி. நேரா பெங்களூர்தானுங்களா?''

''ஆமா'' என்ற சேகர், காரின் பின்கதவைத் திறந்து கதிரேசன் அருகே அமர்ந்துகொண்டார்.

''நேரா பொம்மஸந்திரா இண்டஸ்ட்ரியல் ஏரியா... ஓசூர் தாண்டினதும் சொல்றேன். கிளம்புங்க.''

வடபழனி தாண்டியதும் கதிரேசன் கேட்டார் ''ட்ரைவர், பேரு என்ன சொன்னீங்க?''

''முத்து சார்''

''முத்து, பூந்தமல்லி தாண்டறதுக்குள்ள கொஞ்சம் நிறுத்துங்க. லைட்டா ஒரு டிபன் பண்ணிக்கலாம். அப்படியே கட்டி எடுத்துக்கலாம். நேரா பெங்களூர். நடுவுல ஒரு நிறுத்தமும் வேணாம்... எத்தனை மணிக்கு போவோம்?''

முத்து ஒரு நிமிடம் மனதில் கணக்கிட்டார் ''ஒரு மூணுமணிக்கு போயிருவோம் சார். ஓசூர் பக்கம் கொஞ்சம் ட்ராஃபிக் இருக்கும்... ரோடு விரிவாக்கறாங்கல்ல''

''மூணு மணிக்கு ப்ளாண்ட்ல இருப்போம்னு, ஹெக்டேய கூப்பிட்டு சொல்லிருங்க சேகர்''

கதிரேசன் இருக்கையைச் சாய்த்துத் தானும் சாய்ந்தார்.

''ரெண்டு மணி நேர வேலை. இதுக்கு ஒரு வாரம் இழுத்திருக்கீங்க.''

''இல்ல சார். பசவப்பா...''

''அவன் இல்லன்னா என்ன?'' கதிரேசன் சீறினார். ''ஹெக்டே சும்மா விடமாட்டான். அடுத்த பேமெண்ட் சீக்கிரம் வராது, பாத்துட்டே இருங்க''

சிறுமழிசை வரை சேகர் பேசவில்லை. இப்ப சமாதானமாயிருப்பார் என்ற உத்தேசத்தில் மெல்ல அழைத்தார்.

''சார், ஒரு மணி நேரத்துல நான் முடிச்சுருவேன். இன்னிக்கே நைட்டு திரும்பிடலாம். நாளைக்கு நீங்க டெல்லி போணும்ல?''

கதிரேசன் வெளியே வேடிக்கை பார்த்தவாறே பேசினார் ''ஆமா. என்ன செய்ய? இதை முடிச்சாத்தான் கிளம்ப முடியும். பாக்கலாம். நீங்க சீக்கிரம் முடிச்சா நாம நைட்டே திரும்பிடலாம். என்ன முத்து? ஒரு ஆறுமணி வாக்குல கிளம்பினா பன்னிரெண்டு மணிக்கு வந்துட முடியாது?''

''வந்துரலாம் சார்'' முத்து திரும்பிப் பார்க்காமலேயே பேசினார்.

''உங்க கைலதான் இருக்கு சேகர், நாம இன்னிக்கே திரும்பறதும் திரும்பாம இருக்கறதும்.'

முத்து அதனைக் கேட்கவில்லை. அவர் மனதில் காலையில் வீட்டில் நடந்த உரையாடல்கள் ஓடிக்கொண்டிருந்தன.

''கேட்டிங்களா?'' முகம் நிறைய சிரிப்புடன் கோமதி அவரருகில் வந்தாள். ''செண்பகாவுக்கு ஸ்கூல்ல முத ரேங்க்காம். நாளைக்கு பரிசு கொடுக்காங்களாம்.''

''அடேங்கப்பா,'' என்றார் முத்து மகிழ்ச்சியுடன், தன் சீருடைச் சட்டையில் பட்டனை இட்டவாறே.

''செம்பகா, இங்கிட்டு வா. அப்பா கூப்பிடுதாக.''

அருகில் வந்த மகளை உச்சந்தலையில் முத்தமிட்டார் முத்து, பெருமை பொங்க. ''எம்மவல்லா. அதான் படிப்புல சுட்டி.''

''ஆமா, நாங்க முட்டாப் பொட்டை பாரு.''

''ஏட்டி, அப்பிடியில்லலா. ஒங்கூட என் அறிவும் சேந்திருக்குல்லா. அதான்.''

''மழுப்பேண்டா. நாளைக்கு அவுங்க ஸ்கூல்ல கூட்டிருக்காங்க. நாம ரெண்டுபேரும் போணுமாம். ஸ்கூல்ல கரெஸ்பாண்டெண்ட்கூட நம்மூர்னுதான சொன்னீங்க?''

''ஆமா, அதுக்கென்னா?''

''பி.ஈ படிக்க வைக்கணும்னு ஒரு வார்த்தை போட்டு வைங்க. அவங்க நம்மூர் ஆளுங்கன்னு ஏதாச்சும் சேஞ்சா நல்லதுங்கேன்.''

முத்து மனைவியைப் பார்த்தார். ''நீஞ்சொல்றது சரிதாண்டி. நம்ம வினை. இப்படி நாய்ப்பட்ட பாடு படுதோம்... செம்பகா சொந்தக் கால்ல நின்னுட்டான்னு வையி. அடுத்தவளுக்கு கவலை இல்ல.''

அடுத்த நாள் காலையில் பத்துமணிக்குதான் விழா. அதுக்குள்ள வந்துடலாம். கரெஸ்பாண்டெண்ட்டை எளிதில் பார்க்க முடியாது. நாளைக்கு நல்ல வாய்ப்பு. முத்துவின் கால் ஜாக்கிரதையாக ஆக்ஸிலரேட்டரை அழுத்தியது.

''சேகர், வருத்தமா இருக்கீங்களா?''

''இல்ல சார். நாளைக்கு மாமனார்...'' சேகர் சுருக்கமாக தன் கவலையைச் சொன்னார்.

''எனக்கு என்னங்கறீங்க? நாளைக்கு என் மனைவிக்கு தொண்டைல ஆப்பரேஷன். மூணுமாசத்துக்கு முன்னாடியே நாள் குறிச்சாச்சு. 'நீங்க

அன்னிக்கு ஒரு நாளாச்சும் எங்கூட இருங்க'ன்னா. சரின்னு கையில சத்தியம் பண்ணிக் கொடுத்தேன். இப்ப...?''

கதிரேசன், சேகரின் மணிக்கட்டைத் தொட்டு அழைத்தார் ''நம்ம வேலை இருக்கே. அது நாய்ப்பாடு. இது இன்னிக்கு நேத்திக்கில்ல, அந்த காலத்துலயே இப்படி வேலைக்குப் போய், வீட்டு வேலையை, பொண்டாட்டி புள்ளயப் பாக்கமுடியாமப் போனவனோட வருத்தத்தை, சங்ககாலப் பாட்டுல எழுதியிருக்காங்க சேகர், உங்களுக்கு சங்க காலக் கவிதைன்னா பிடிக்குமா?''

''அங்?'' என்று விழித்த சேகர், தடுமாறி ''ரொம்பவெல்லாம் இல்லை. ஸ்கூல்ல படிச்சிருக்கேன். யாப்பு, அணி...''

''அதெல்லாம் விடுங்க. பாடலை கொஞ்சம் மெனக்கெட்டு படிச்சீங்கன்னா போதும். அட, இப்படியெல்லாம் எழுதியிருக்கானா, அந்தக்காலத்துலேயேன்னு அசந்து போவோம்.''

''ஆமா, திருக்குறள்ல...'' என்று தொடங்கி சேகர் ஒரு குறளும் தோன்றாமல் விழித்தார்.

''சங்கப்பாடல்னாலே என்ன நினைப்போம்? தலைவன் தலைவி... சொன்னபடி அவன் வரலை, அவளுக்கு பசலை நோய். நினைக்க முடியாத அளவுக்கு, சலிக்க வைக்கற அளவுக்கு உவமை... இதான். ஆனா, வேலைக்குப் போன ஆணுக்கும் இந்த தேடல் இருக்கும்னும் எழுதியிருக்கான் தெரியுமா?''

''ஆனா, அந்த ஆணோட வருத்தம் பெண்களுக்குத் தெரியும்னு எழுதியிருக்காங்களா?'' சேகர் சிரித்தார். லதாவின் தேள் கொட்டுவது போன்ற வார்த்தைகள் நினைவில் எழுந்தன.

''ரொம்ப எதிர்பார்க்கறீங்க. நம்ம உணர்வு எல்லாம் யாருக்கும் புரியறதே இல்ல. வீட்டுல பொண்டாட்டிகிட்ட சொல்லிட்டு போருக்குப் போறான். அங்க ரொம்ப நாளாயிருது. அவ வீட்டுலேர்ந்து தூது அனுப்பறா. இவன் அதைக் கேட்டு மேலும் நொந்து போறான். ஒரு குற்ற உணர்வு. ஆனா வேலை, போர் செஞ்சாகணுமே? அவன் நிலையை யார் சொல்லுவாங்க?''

சேகர் சுவாரஸ்யமானார் ''அட அப்படியா?''

''ஐங்குறுநூறுல முல்லைல சொல்றான். பாசறைப்பத்துன்னு நினைக்கறேன். ம்ம்ம்...'' கதிரேசன் நெற்றியைச் சுருக்கி சொற்களை நினைவுகூர்ந்தார்.

''ஆங். இப்படி போகுது.

'ஐய வாயின, செய்யோன் கிளி
கார்நாள் உருமொடு கையறப் பிரிந்தென
நோய்நன்கு செய்தன எமக்கே
யாமுறு துயரம் அவள் அறியினோ நன்றே'

கடைசி வார்த்தையைப் பாருங்க. 'யாமுறு துயரம் அவள் அறியினோ நன்றே.' இந்த துன்பம் சொட்டும் வார்த்தையை அவன் பாணன்கிட்ட தூது சொல்லி அனுப்பறான். இன்னிக்கும் நாம இதத்தான் சொல்லிட்டிருக்கோம். என் கஷ்டம் உனக்குப் புரிஞ்சா நல்லது. யாரு புரிஞ்சுக்குவாங்க? வேணும்னா வீட்டுக்கு லேட்டாப் போறோம். பிடிச்சுப் போயா இப்படி டூர்ல இருக்கோம்?''

சேகர் பெருமூச்சு விட்டார்.

'கோமதிக்கும் இந்த கிறுக்குப் புத்தி உண்டு' முத்து நினைத்துக்கொண்டார். ஒரு தடவை குவாட்டர் பாட்டில் கார்ல கிடந்ததை வச்சு ஒரு மாசம்லா தள்ளி இருந்தா? எளவெடுத்த எதோ கஸ்டமர் போட்டுட்டுப் போனான்னு சொன்னா நம்பணும்லா?

பொம்மஸந்திராவில் செம்மண் சரளை சரசரக்க அவர்கள் வண்டி கம்பெனியில் நுழைந்தபோது மணி சரியாக மூன்று.

சேகர், இருநிமிட உபசார வார்த்தைகளின்பின், மெஷின் இருக்கும் பக்கம் நகர, ஹெக்டேயிடம் பொறுமையாக கதிரேசன் விளக்கிக்கொண்டிருந்தார். சாலையின் மூலையில் ஒரு டீக்கடையில் நின்றுகொண்டிருந்த முத்துவின் செல்ஃபோன் அலறியது.

''யப்பா, நாளைக்கு வந்துருவீங்கல்ல?'' செண்பகாதான்.

''வந்துருவோம்ட்டீ. நான் இல்லாமலா?'' அடுத்த முனையில் மகிழ்ச்சியில் சிரிப்பது கேட்டது. மணியைப் பார்த்தார். நாலு. அஞ்சரைக்கு கிளம்பினா ட்ராஃபிக்ல மாட்டாம ஒசூர் போயிரலாம்.

சேகர் மெஷினின் கணினியில் இருப்புகொள்ளாமல் அமர்ந்திருந்தார். 'க்விக். முட்டாள் மெஷினே, உயிர்த்துவிடு. ரெண்டே ரெண்டு ரிப்போர்ட் துப்பிவிடு. அப்புறம் பசவப்பா வந்து பார்த்துக் கொள்வான்.'

மெஷின் அமைதியாக இருந்தது. இயந்திரத்தின் எமர்ஜென்ஸி பட்டனை அழுத்தினார். லேசாக கூவிவிட்டு உயிர்த்து, எதோ விசித்திரமான ஒலி எழுப்பி அடங்கியது.

சேகர் வியர்த்தார். இது நல்ல சகுனமில்லை. வெற்றிடம் உருவாக்கும் பம்ப்பின் வாஷர் போயிருக்கிறது. ஆணைகள் பறந்தன. பெங்களூர்

ஆபீஸிலேயே வாஷர்கள் இருப்பதாக பசவப்பா தொலைபேசியில் சொன்னான். ஹெப்பால் வரை ட்ராஃபிக்கில் நீந்திச் சென்று வர நாலுமணி நேரம் பிடிக்கும் என்று கணக்கிட்டார் சேகர். ஆறுமணிக்கு கிளம்ப முடியாது. முத்து ''பரவாயில்ல சார். போயிரலாம்'' என்றார்.

இரவு பதினொரு மணிக்கு வாஷரைப் பொருத்திவிட்டு, வெற்றிடம் உருவாக இரண்டு மணிநேரம் காத்திருந்தனர். இரவு ஒன்றரைக்கு, இயந்திரம் ஒரு மாதிரி 'கீங்' என்று உயிர்த்தது. நைட் ஷிஃப்ட் ஆட்களிடம் சொல்லி விடைபெற்றுக்கொண்டு அவர்கள் கிளம்பும் போது மணி இரவு மூன்றரை. ஏழரை... எட்டு மணிக்கு சென்னை போயிரலாம், முத்து கணக்கிட்டார்.

காலை ஏழு மணிக்கு எழுந்த கதிரேசன் சேகரைத் தட்டிக்கொடுத்தார், ''வெல்டன், சேகர். நீங்க இருந்தா ஒரு பலம் எனக்கும். நிம்மதியா வீட்டுக்குப் போலாம். நானும் டைவர்ஸ் ஆகாம பிழைச்சேன்.''

நிம்மதியுடன் சிரித்தார் சேகர். ''இப்படி வீட்டுக்கு பறக்கற ஆள்களுக்கு பாட்டு ஒண்ணுமில்லையா சார்?''

கதிரேசன் கைதட்டினார் ''அப்படி வாங்க வழிக்கு. சங்கப் பாடல்கள் வொயின் மாதிரி. ஒரு தடவை குடிச்சுட்டு நிப்பாட்ட முடியாது. சொல்றேன். ஆங். முத்து? இவரை முதல்ல இறக்கிவிட்டிருங்க. அசோக் நகர்.''

முத்து கணக்கிட்டார். எட்டு எட்டரை. ''நீங்க எங்க சார்?'' என்றார் முத்து.

''மடிப்பாக்கம். கொஞ்சம் ஸ்பீடாப் போணும் முத்து.''

முத்து உறைந்தார். 'ஒன்பதரை மணியாகும். அதன் பின் நான் எங்கே பத்துமணிக்கு கொரட்டூர் போய்ச்சேர?'

கதிரேசன் தொடர்ந்தார் 'வேலையை முடிச்சுட்டுக் கிளம்பற தலைவன் தேர்ப்பாகன்கிட்ட சொல்றான். பட்டையக் கிளப்பிட்டுப் போ. சீக்கிரம்.'

'கடும்பரி நெடுந்தேர் கால்வல் புரவி,
நெடுங்கொடி முல்லையொடு தளவமலர் உதிர,
வரயுபு கடைஇநாம் செல்லின்...'

அடுத்த வரி என்னமோ வளைன்னு வரும். அதை விடுங்க. நம்ம தேர்ப்பாகன் முத்துதான். கடும்பரி நெடுந்தேர்... தெருவுல மண்ணைப் பறிச்சு தூவிகிட்டு சக்கரம் சுழல ஓடும் தேர்ங்கறான், வல்கால் புரவி, வலிமையான கால்களை உடைய குதிரை. இன்னோவாவுல எத்தனை

குதிரைத் திறன்? 100 bhp இருக்குமா சேகர்? நூறு குதிரை பூட்டிய ஆறு சக்கரத் தேர் இது. நம்ம நிலமைக்குன்னே அன்னிக்கு எழுதின மாதிரி இருக்குல்ல?''

முத்து அழுக்கான மஞ்சள் துண்டில் முகம் துடைத்தார். எல்லாப்பாடல்களும் தலைவன் தலைவியைச் சேர மட்டும்தானா? பாகனுக்கும் வீடு உண்டே? அவனுக்கு யார் பாடல் எழுதுவார்கள்? பாகன் வலி புரியுமா புலவர்களுக்கு?

மகள் மேடையில் தனியாக இருப்பதாக காட்சி நீரில் மங்கிய அவர் கண்ணில் விரிந்தது.

6

தந்தையானவன்

வண்டியைப் பார்த்ததும் ஒரு குற்ற உணர்வு வந்தது உண்மைதான். ''ஆறுமணிக்கு கிளம்பணும்,. சரியா வந்துருங்க'' என்று சொல்லிவிட்டு, நான் ஆறேகாலுக்கு கிளம்பினேன். வண்டி சரியாக ஐந்து முப்பத்தைந்துக்கு வந்திருந்தது.

'ஸாரி' என்றேன் உள்ளேறியபடி. ''மொபைலை எங்கயோ வச்சிட்டேன். தேடியெடுக்கறதுக்குள்ள நேரமாயிருச்சு''

''பரவாயில்ல சார்'' என்றார் டிரைவர். ''புனேல எத்தனை மணிக்கு இருக்கணும்?''

''ஒன்பதரை, ஒன்பதேமுக்காலுக்கு போயிட்டா போதும்'' பத்துமணிக்கு, பாஷான் ரோடு வந்தாப்போதும்னுதான் சேல்ஸ் மேனேஜர் சொல்லியிருந்தார். இருந்தாலும் கொஞ்சம் சீக்கிரமாப் போக முடியுமானால்... நமது தவறுக்கு பிறரை வதைப்பது மனித நியாயம்.

''போயிரலாம்'' என்றார் டிரைவர் ஒரு வரியில். வியந்தேன். புதுசா இருப்பானோ? கேட்டுவிட்டேன்.

'சாங்லிலேர்ந்து மும்பை, மும்பை - சூரத்னு நிறைய ட்ரிப் அடிச்சிருக்கேன். புனே, நாசிக் எல்லாம் கணக்குலயே சேர்த்தி கிடையாது. அதான் போயிரலாம்னேன்.'

வழியில் மற்றொரு நண்பரை ஏற்றிக்கொண்டு, பன்வேல் பகுதியில் விரைந்தபோது சற்றே திகைத்தேன். ''ஏம்ப்பா, எக்ஸ்ப்ரஸ் ஹைவேல போகலியா? பழைய ரோட்ல திரும்பியிருக்கே?''

டிரைவர் சிரிப்பது, ரியர்வியூ மிரரில் தெரிந்தது. ''சார், இன்னிக்கு திங்கட்கிழமை. எல்லாரும் ஹைவேல எடுப்பாங்க. டோல் கேட்ல பெரிய க்யூ நிக்கும். பழைய ரோட்ல அதிகம் கூட்டம் இருக்காது.''

''குலுக்கி எடுக்குமே?''

''கொஞ்ச தூரம்தான் சாப். அதுக்கப்புறம் சரியாயிருக்கும், போனவாரம்தான் சரி செஞ்சாங்க''

வண்டி தூக்கித் தூக்கிப் போட்டது. இன்னோவா எடுத்திருக்கலாம் என நண்பர் முணுமுணுத்தார்.

மழைக்காலம். இருபுறமும் பச்சையாய் விரிந்திருந்த இயற்கையின் நடுநடுவே, ஓட்டல்களும், கடைகளும் அசிங்கமாக முளைத்திருந்தன. காகிதங்கள், ப்ளாஸ்டிக் கோப்பைகள், பைகள், துணித் துண்டுகளென ரோட்டின் ஓரங்கள் விகாரமாகியிருந்தது. முன்னால் போகும் பஜேரோவிலிருந்து ஒருவர் ப்ளாஸ்டிக் பையொன்றை ரோட்டினோரம் வீசுவது தெரிந்தது. விரைந்து பிடித்து, பளார் என கன்னத்தில் அறைகொடுக்கலாமென ஆத்திரம் வந்தது.

''என்ன செய்ய சார்? படிக்காதவனும் அசிங்கம் பண்றான். படிச்ச, பணக்காரனும் அசிங்கம் பண்றான். யாரைன்னு நோக? நம்ம வண்டியில ரெண்டு ப்ளாஸ்டிக் பை மாட்டி வைச்சிருக்கேன் பாருங்க. அதுல போட்டு வைங்க. நின்னப்புறம் எதாச்சும் குப்பைத் தொட்டி பாத்து போட்டுருவேன்.''

நான் நினைப்பது இவனுக்கு எப்படித் தெரிகிறது? சற்றே எச்சரிக்கையுடன் பேச்சைத் தொடங்கினேன்.

''என் பெயர் விகாஸ், விகாஸ் குப்தா... ரெண்டு தம்பி, ஒரு தங்கச்சி எனக்கு. மஹிந்த்ரா ஃபேக்டரி இருக்கு பாருங்க, அதுல ரெண்டாவது சிக்னல் பக்கம் எங்க வீடு...''

நண்பர் சரிந்து அமர்ந்து உறங்கத் தொடங்கியிருந்தான். எனக்கு அளிக்கப்பட்ட வாய்ப்புகள் மிகக் குறைவு. ஒன்று பேப்பர், புத்தகம் படிக்கலாம், வெளியே பார்க்கலாம் இல்லை உறங்கலாம். இவன் பேசுவதைக் கேட்டுக்கொண்டே வரவேண்டிய தலையெழுத்தில்லை. நானும் உறங்குவதுபோல் பாவனை செய்தேன். சில நிமிடங்களில் உறங்கிப்போனேன்.

வண்டி வேகம் குறைவது உணர்ந்து எழுந்தபோது, ஒரு கடையருகே கிட்டத்தட்ட நின்றிருந்தது. பயோனீர் ரிப்பேரிங் என்று அழுக்கான போர்டு வரவேற்க, ட்யூபுகள் மஞ்சள் பெயிண்ட் அடிக்கப்பட்டு, ரோட்டோரத்தில் தொங்க விடப்பட்டிருந்தன. சில டயர்கள் ஒன்றின்மேல் ஒன்றாக அடுக்கி வைக்கப்பட்டிருந்தன.

'இங்க என்ன?' என்பதுபோல் பார்த்த என்னை, முன்னேயிருந்த கண்ணாடியில் பார்த்து சிரித்தார். ''ரெண்டே நிமிஷம். ஒருத்தரைப் பாத்துட்டு வந்துர்றேன். கார்லயே இருங்க.''

சரி என்பதாகத் தலையசைத்து வெளியே பார்த்தேன். லேசாக மழை, மண் தரையை சகதியாக்க முயன்றுகொண்டிருந்தது. டிரைவர், பள்ளங்களைத் தாண்டி கடைக்குள் நுழைவதைப் பார்த்தேன். ஒரு வகையில் தூக்கம் கண்களை அழுத்த, கார் அருகே யாரோ உரையாடும் ஒலியில் விழித்தேன்.

''ஒரு பக்கமா சரிவது மாதிரி தோணுது சர்ஜீ. டயர் காத்து எல்லாம் ஒழுங்காத்தான் இருக்கு'' டிரைவர் குரல்.

சில நொடிகளின் மௌனத்தின்பின் இருமலோடு ஒரு கரகரத்த குரல் ''இடது பக்க டயர் எல்லாம் வலதுபக்கம் மாத்து. சரியாயிரும்''

''சர். ஜீ, டயர் எல்லாமே ஒழுங்காத்தான் இருக்கு.''

''மாத்திப் பாரேன். திரும்பி வரும்போது சொல்லு. என்னா?''

டிரைவர் அரைமனதாக சம்மதிக்க, நானும் தூங்கிக்கொண்டிருந்த நண்பனை எழுப்பி இறக்கினேன்... ஒரு இளைஞன் வண்டியை ஒரு ஜாக்கில் சற்றே தூக்கினான். நரைத்த தலை, தாடி என்றிருந்த மெலிந்த கிழவர் ஒருவர் ஒருபுறம் மெஷின் கொண்டு நட்டு, போல்ட்டுகளைக் கழற்ற, இளைஞன், மறுபுறம், கை வலிமையால் கழற்றினான். பத்தே நிமிடத்தில் டயர்கள் இடம் வலம் மாறின.

''வர்றேன் சர்ஜீ'' என்றவர் இருநூறு ரூபாயை டிரைவர் கிழவரிடம் நீட்டினார்.

''என்னது இது?''

''டயர் மாற்றினதுக்கு.''

''கேட்டேனா? அதெல்லாம் வேணாம். வரும்போது அஞ்சு நிமிஷம் கடையில நின்னு பேசிட்டுப் போ.''

டிரைவர் பணிவாக தலையசைத்தார். கிழவர் இருமியபடி உள்ளே போக, அந்த இளைஞனை தாவிப் பிடித்த டிரைவர், அவன் கையில் ரூபாயைத் திணித்தார். ''அவர்கிட்ட சொல்லாதே. உள்ள பெட்டியில வச்சிரு.''

கார் கிளம்பி லோனாவாலா பகுதியில் ட்ராஃபிக்கில் ஊர்ந்தபோது, மெல்லக் கேட்டேன். ''அவர் யாரு? சொந்தமோ?''

''இல்ல சார். அவர் பேரு கணேஷ் கதம். மராட்டியர்.'' என்றவர் சற்றே மௌனித்தார்.

''ஜான்ஸி பக்கம் எங்க வீடு. குக்கிராமம். அப்பா ரயில்வேல கடைநிலை ஊழியர். ஸ்கூல்ல படிச்சது எதுவும் மனசுல பதியல. ஆனா பெரிசா எதாச்சும் சாதிக்கணும்னு மட்டும் தோணிட்டே இருந்துச்சு. வீட்டுப் பக்கம் ஒரு அரச மரம் உண்டு. அதுல ஒரு கிளையில ஏறி உக்காந்திருப்பேன். ஏதோ கனவு, கற்பனை... நான் பெரிய வீடு, கார் எல்லாம் வச்சிருக்கிற மாதிரியும், என் க்ளாஸ்மேட் அம்ருதாவைக் கலியாணம் கட்டிகிட்ட மாதிரியும் கனவு. என்னுடன் நானே உரக்க பேசிட்டிருப்பேன். முதல்ல வீட்டுல கண்டுக்காம விட்டாங்க. பரிட்சையில மார்க் வரலைன்னதும் கண்டிச்சாங்க. நண்பர்கள்னு பெருசா யாரும் கிடையாது... எட்டாம் வகுப்புல கணக்குலப் பெயில் ஆனதுக்கு அப்பா வெகுண்டு போய், பெல்ட்டால விளாசினாரு.'' சட்டென அவர் கண்கள் கலங்கின.

''எதுக்கு அடிச்சாருன்னு தெரிஞ்சுது. ஆனா புரியல. ஒரு ஆக்ரோஷத்துல, திருட்டு ட்ரெயின் ஏறி போபால் போயிட்டேன். அங்கிருந்து, ட்ரெயின்ல பாம்பே. பாம்பேல யாரையும் தெரியாது. வி. டி பக்கம் மலங்க மலங்க முழிச்சு நின்னிட்டிருந்தேன். அப்ப என் முழியப் பாத்து 'யார்டா நீ?'ன்னு கேட்ட மனுஷன் இவரு. அவர்கூடயே ஒரு ஜீப்புல இங்க கூட்டிட்டு வந்தாரு. அப்பாவுக்கு பையன் இங்க இருக்கான்னு ஒரு கார்டு எழுதிப் போட்டாரு. பத்து நாள் அவர் வீட்டுல இருந்தேன். அப்பாகிட்டேர்ந்து பதில் வந்திச்சு.

'பையன் அங்கயே இருக்கட்டும். ஃபெயிலாப் போன பயலெல்லாம் தேவையே இல்லை. உங்களுக்கு பாரமா இருந்தா துரத்தி விட்டுருங்க.'

எனக்கு அப்பவும் புரியல. இவரு அன்னிக்கு எங்கப்பாவைத் திட்டினது இன்னிக்கும் நினைவிருக்கு. கடைக்கு வந்த வாடிக்கையாளர்

ஒருத்தர்கிட்ட கேட்டு என்னை பக்கத்துல ஸ்கூல்ல சேத்தாரு. படிப்பு புடிக்கல.''

முன்னே ஒரு மல்ட்டி ஆக்ஸில் வண்டி ஒன்று நின்று போய், கிளம்பத் திணறிக்கொண்டிருந்தது. பெரிதாக வரிசை சேர, ஆளாளுக்கு அந்த டிரைவரை திட்டிக்கொண்டிருந்தார்கள்.

''பத்து வரை படி. அப்புறம் வேணாம்'ன்னு சொன்னாரு கணேஷ் தாதா. பத்தாம்வகுப்பு படிக்கும்போதும் அதே கனவு சஞ்சாரம். அடுக்கி வைச்சிருந்த பழைய டயர்கள் மேல உக்காந்து நான் தனியாப் பேசிட்டிருக்கறத ஒருநாள் கேட்டிருக்காரு. அடுத்த நாள் என்னை கடைக்கு கூப்பிட்டனுப்பிச்சாரு.

'இந்த கைனடிக் ஹோண்டா ஓட மாட்டேங்குது. என்னன்னு பாரு.'

எனக்கு ஆச்சரியம், பயம். அதுவரை சும்மா எடுபிடி வேலை மட்டுமே அவர்கூட இருந்து பார்த்திருக்கேன். வண்டியைக் கழட்டி வேலை பாத்ததில்ல. ஸ்பேனர் வச்சு குடையக் குனிஞ்சப்போ அவர் சத்தம் கேட்டது 'முட்டாள். முதல்ல வண்டி ஸ்டார்ட் ஆகுதான்னு பாரு, ப்ரேக் பிடிக்குதா, லைட் எரியுதா? இதெல்லாம் பாத்தியா?'

'நீங்க சொல்லலியே தாதா?'

'சொல்லலைன்னா, கேக்கணும். முதல்ல கேள்வி கேக்க கத்துக்க.'

எல்லாம் சரியாகவே இருந்தன. 'சரியா இருக்கே தாதா?'

தாதா பின்னால நிக்கறார். 'ஏன் ஓடல?' திணறலா அவர் குரல்.

நான் ஆக்ஸலரேட்டரை அழுத்திப் பாக்கறேன். ஊங் ஊங்குனு திமிறுது. வெளிர் சாம்பலா, கறுப்பா புகை வருது, ஆனா ஓடல.

மெல்ல திரும்பிப் பாக்கறேன். தாதா வண்டியை பின்புறமாத் தூக்கிப் பிடிச்சிருக்காரு. பின்சக்கரம் தரையில இல்ல. குழம்பிப் போய் 'தாதா?'ங்கறேன்.

'உக்காரு, ப்ரேக்கைப் பிடி, ஆக்ஸலரேட்டரை மெதுவா கூட்டு' தாதா மூச்சுத் திணறலோட சொல்றாரு. உக்காந்து லேசா வேகம் கூட்டறேன், 'தொம்'னு ஒரு சத்தம், வண்டி முன்னாடி சீறிப்பாயுது. தடுமாறி அத பேலன்ஸ்ல கொண்டு வர்றேன். லேசா சறுக்கி சாஞ்சபடி நிக்கறேன், தாதா வந்து சிரிக்காரு.

'என்ன தாதா விளையாட்டு?' என்கிறேன் கோபமாக. அவர் வண்டியை இழுத்து நேராக வைத்து ஸ்டாண்டு போட்டுகிட்டே சொல்றாரு.

'என்னதான் பெட்ரோல் இருந்தாலும் பெரிய இஞ்சின் இருந்தாலும், எந்த வண்டியும் முன்னாடி போணும்னா, தரையில சக்கரம் இருக்கணும். ஒரு அடி உசரத்துல சக்கரம் இருந்தா ஓடாது. திடீர்னு சக்கரம் தரையில வந்தா, எந்த கொம்பனும் திண்டாடிப் போய்ருவான்.'

ராட்சத லாரியை, மெல்ல இடப்புறமாகக் கரடுமுரடாக நின்றிருந்த மலைப்பாறைகளில் இடிக்காமல் கடந்து முன்னேறினார்.

''தாதா எத்தனையோ தடவ புத்திமதி சொல்லியிருக்காரு. அடிக்கக் கூடச் செஞ்சிருக்காரு. ஆனா, அந்த தடவ சொன்னது, முழங்கை எரிச்சலோட உள்ளே புத்திக்குள்ள போயிருச்சு. என்னதான் உன்னதமா நினைச்சாலும், கனவு மட்டும் கண்டிட்டு, தரையில நிக்கறமாரி செய்யலையேன்னு யோசிச்சேன். நமக்கு படிப்பு வராது, வேணாம். என்ன செய்யலாம்ன்னு வாழ்க்கையில முத தடவையா யதார்த்தமா யோசிச்சேன். கொஞ்சம் அதிர்ச்சியாகவும் இருந்துச்சு.

என்னமோ தட்டி முட்டி ஜூனியர் காலேஜ் பாஸாயிட்டேன். காலேஜ் போமாட்டேன்னு சொல்லி, ட்ரைவிங் கத்துகிட்டேன். கொஞ்ச நாள் ட்ரைவிங், கார் ரிப்பேர்னு ஓட்டினேன். மனசுல எதாச்சும் செய்யணும்னு வெறி மட்டும் அடங்கலே.

ஒருநாள் தாதா கேட்டாரு 'எது பிடிச்சிருக்கு உனக்கு? வண்டி யோட்டறதா இல்ல ரிப்பேரிங்கா?'

'வண்டியோட்டறது'ன்னேன். 'சரி, பாம்பே-பூனா டாக்ஸி ஓட்டு'ன்னு ஒரு கார் கம்பெனியில சேத்துவிட்டாரு. பாம்பே பூனா, நாசிக், ஷிர்டின்னு ஓட்ட ஆரம்பிச்சேன். பழைய கார் ஒண்ணு விலைக்கு வாங்கி சொந்தமா ட்ரிப் அடிச்சேன். நஷ்டத்துல போச்சு. திரும்பவும் கம்பெனிக்கு ஓட்டினேன். அப்படியே சேத்து சேத்து, ரெண்டு வருஷத்துல, கம்பெனியிலயே லோன் வாங்கி சுமோ வாங்கினேன். அப்புறம் கால்சென்டரு ட்ரிப்பு, பாம்பே- கோவா, நாக்பூர்னு லாங் டிஸ்டன்ஸ் அடிச்சேன். இப்ப இந்த வண்டி என்னுது.'

''இந்த ஹோண்டா... உங்களோடதா?''

''ஆம்மா'' என்றார் ரசித்து சிரித்து. அதில் ஒரு பெருமையும் தெரிந்தது. ''அம்மா அப்பான்னு பாக்கப் போனேன். அம்மா போயிட்டாங்க. அப்பாவுக்கு நினைவு இல்ல. கோமாவுல இருந்தாரு. அவருக்கு எடுத்துப் போன புது பேன்ட், சட்டைய, படுக்கைக்குப் பக்கத்துல ஹார்லிக்ஸ் பாட்டிலுக்கு கீழ வச்சுட்டு வந்துட்டேன். இது நடந்து அஞ்சு வருஷமாச்சு. ஊர்ப்பக்கம் போகல்ல.

''அப்ப உங்க குடும்பம்?'' என்றேன்.

''கலியாணம்னு ஒண்ணு பண்ணிகிட்டேன். நான் ஓடற ஓட்டம், ட்ரைவிங்ல இருக்கிற பித்து அவளுக்கு ஒத்து வரல. இன்னொருத்தன் கூட ஓடிப்போயிட்டா. விடுங்க. நல்ல வேளை பிள்ளை ஒண்ணுமில்ல. யாருக்கு சம்பாரிக்கணும்? என் தேவைக்கு ஓடறேன். நிறைவா இருக்கேன்.''

புனாவில் வேலை முடிந்து திரும்பி வரும்வரை நினைவு கனத்திருந்தது. ஒருக்கால், இவர் வாழ்வில் மிகப்பெரிய இழப்புகளை விலையாகக் கொடுத்து இந்த மகிழ்ச்சியை வாங்கியிருக்கிறாரோ? டீசல் வாடை யடிக்கும் ரூபாய் தாள்கள் இவர் வாழ்வில் என்ன சுகம் கொடுத்துவிட முடியும்?

பழைய பூனா -பாம்பே சாலையிலேயே திரும்பி வந்தோம். அதே கடையில் நிறுத்தினார் விகாஸ் குப்தா.

''தாதா, எப்படி இருக்கீங்க?'' என்றவர் ஒரு ப்ளாஸ்டிக் பையை கடையில் இருந்தவனிடம் கொடுத்தார். ''மருந்து இருக்கு இதுல. அடுத்த வாரம் வருவேன், பூனாவுல டாக்டர் ஜோஷிகிட்ட காட்டிருவோம்''

''அதெல்லாம் வேணாம்'' என்பதாக தாதா கணேஷ் கையசைத்தார். மூச்சு பெரிதாக, திணறலோடு நெஞ்சு விம்மித் தணிந்தது. விகாஸ் கடைக்குள்ளே சென்றிருக்கையில் என்னை அருகே அழைத்தார் ''சார், மன்னிக்கணும். டயர் எல்லாம் ஒழுங்காத்தான் இருந்தது. மனப்பிராந்தி வந்தா வண்டி ஓட்ட முடியாது, குறுகுறுன்னுகிட்டே இருக்கும், அவன் மன சமாதானத்துக்குத்தான் டயரை மாத்திப் போட்டேன். உங்களுக்கு போகறதுக்கு நேரமாயிருச்சோ?''

''இல்ல'' என்றேன், அந்த அன்பினை வியந்தபடி.

மீண்டும் கிளம்பி பன்வேல் வரும்போது அடக்க முடியாமல் விகாஸிடம் தாதா சொன்னதைச் சொல்லிவிட்டேன். ''தெரியும்'' என்றார் அவர் புன்னகைத்து.

''சும்மா போய் பைசா கொடுத்தா வாங்கமாட்டாரு. சரின்னு...''

7

மிஸ்ராஜி

''இன்னிக்கு சாயங்காலம் சொல்றேன்'', எனது வழக்கமான பதிலும், அதற்கேற்ற வழக்கமான தலையாட்டலுமாக, மற்றொரு சடங்கு தொடர்ந்தது. டிரைவர்கள் பொதுவாக மாலையில் வேலை முடித்துத் திரும்பும்போதுதான் 'சார், நாளைக்கும் வண்டி வேணுமா?' என்பார்கள். மிஸ்ரா அப்படியல்ல. காலையில் வண்டி ஏறும் போதே இந்தக் கேள்வியைக் கேட்டு வைப்பார். சிலருக்கு எரிச்சல் வரும். எனக்குப் பழகிவிட்டது.

குறிப்பிட்ட காலகட்டத்தில் நான் எப்போது வாடகை வண்டி கேட்டாலும், கம்பெனியின் கார் ஏஜென்ஸி, மிஸ்ராவின் வண்டியையே அனுப்பிக் கொண்டிருந்தது. இது அல்லது மிஸ்ரா வேண்டு மென்றே எனக்கு காரோட்டியாக வருவதற்கு முயற்சி செய்ததன் விளைவா என்று புரியவில்லை. நாலு மாதமாக, அடிக்கடி நானும், பல்லப் டே என்ற பெங்காலி நண்பருமாக நாங்கள்

சுற்றும்போது, டிரைவர்களுக்கு அதிகம் வேலையில்லை. ஒரு கம்பெனியில் இறக்கிவிட்டுவிட்டு, முன்புறம் கண்ணாடியை இறக்கி, சீட்டை, பின்புறமாக சாய்த்து, ஹாய்யாக, கிடந்து தூங்கவேண்டியது தான் அவர்களுக்கு வேலை. பின் மாலையில் நாங்கள் வரும்போது கிளம்பினால் போதும். மதிய உணவும் நாங்கள் போகும் கம்பெனியின் கேன்டீனில் அவர்களுக்கும் சொல்லிவிடுவோம். மிகக் குறைந்த விலையில், தரமான உணவு. யார் வேண்டாமென்பார்கள்?

''மிஸ்ராஜி, ஆபீஸ் பக்கமா எடுங்க''

''பல்லப் ஜி இல்லையா சாப்?''

''இல்ல, மேஷ்ராம் ஸாப்-ஐ பிக்கப் பண்ணிட்டு போவோம். ஆபீஸ் பக்கம்'' அன்மோல் ரத்தன்' பில்டிங் இருக்கு பாருங்க, அங்க நிப்பாரு.'

'அன்மோல் ரத்தன்' கட்டடம் மிக இளையதாகத் தோற்றமளிக்கும் சிறு நகரம். பல B.P.O (கால் சென்டர்), மென்பொருள் தயாரிப்பு நிறுவனங் கள் என 24 மணி நேரமும் ஜே ஜே என இருக்கும். இளைஞர்களும், யுவதிகளும் கொத்துகொத்தாக அங்கங்கே நின்று பேசிச் சிரித்துக் கொண்டிருப்பார்கள். அத்தோடு, ஏ.டி.எம் கூண்டின் பின்னால், கார் பார்க்கிங் மறைவுகளில் எனப் பல கதைகளையும் கேட்டிருக்கிறேன்.

மேஷ்ரம் வெயிலுக்காக உள்ளே ஒரு கடையில் நின்றிருந்தார். அருகில் அழைத்து ''அங்க பாருங்க, காபி கார்னர்ல ரெண்டு பேரு'' என்றார் சைகை காட்டியபடி.

திரும்பிப் பார்த்தேன். ஒரு இளைஞன், அருகில் அமர்ந்திருந்த பெண்ணின் தலையைக் கோதி விட்டுக்கொண்டிருந்தான். குனிந்திருந்த அவளது உடல் குலுங்கியது. அழுகிறாள் போலும்.

''கால் மணி நேரமா இதுதான் நடக்குது'' என்றார் மேஷ்ரம், என்னுடன் கார் நோக்கி நடந்தபடி...

மிஸ்ராவின் சலாமைக் கண்டுகொள்ளாமல், வண்டியில் வேகமாக ஏறினார். ''ஹிஞ்சேவாடி, பூனே'' என்று இடம் சொன்னதும், மிஸ்ரா வண்டியைக் கிளப்பினார். மேஷ்ரம் ஜன்னலினூடே வெளியே பார்த்தார். ''இன்னமும் காதல் ஜோடி அப்படியே இருக்கு, பாருங்க.''

மிஸ்ராவும் எட்டிப்பார்த்தார். ''அதோ, அந்த நீலச்சட்டை போட்டிருக்கானே, அவனா?''

''ஆமா, மிஸ்ராஜி'' என்ற மேஷ்ரம், ''என்ன, இவனுக விளையாட்டு விபரீதமா போயிருக்கும். உறவு கொள்ளுமுன் உறைபோட்டுக் கொள்ளுங்கள்னு சொன்னா கேக்கறானுகளா?''

மிஸ்ரா காரை வேகமாகக் கிளப்பினார். மேஷ்ரம் பின் சீட்டில் சாய்ந்து அமர்ந்தார்.

'இந்த நாடு விளங்குமா? இந்த அன்மோல் ரத்தன் பில்டிங்க்ல போன மாசம் கழிவறை நீர் போகாம அடைச்சிருச்சாம். தோண்டிப் பார்த்தா, பயன்படுத்தப்பட்ட ஆணுறைகள், அடைச்சுக்கிடந்திருக்கு.'

கெக் கெக் எனச் சிரித்தார். கார், ஐரோலி பாலத்தில் படுவேகத்தில் விரைந்துகொண்டிருந்தது. தாணே காயலின் மீது குறுக்காக, ஜிலுஜிலு வெனக் காற்று முகத்தில் அறைய, பயணிப்பது ஒரு தனி சுகம். அதைக் கெடுப்பதுபோல, கண்ணாடிகளை ஏற்றிவிட்டு, வறண்ட ஏஸியைப் போடுவது, சித்திரவதை. மேஷ்ரம்க்கு இதெல்லாம் பிடிக்காது. அவுரங்கசீப் முன்பு தான்சேன் பாடுவதுபோல.

''இதான் இவனுக படிச்சுட்டு வேலை பாக்கற லட்சணம். பொண்ணுங்க என்னங்கறீங்க? எல்லாம் மும்பை வளர்ப்புன்னு நினைச்சீங்கன்னா, நீங்க தப்பு'' என்றார்.

''அப்படியில்லையா?'' என்றேன் வியப்போடு. எல்லாம் நகர வளர்ப்பு, நகரத்தின் பண்பாட்டுச் சீரழிவுன்னுதானே சொல்லுவோம்?

''80 சதவீதம் சிறுநகரத்துப் பொண்ணுங்க. படிக்கறப்போ நூறு ரூபாய் வீட்டுலேர்ந்து கிடைக்கறதே பெரிய விஷயம். இதுங்களுக்கு படிச்சு முடிச்சதும் முப்பதாயிரம் சம்பளம்னு கொடுக்கறான் பாரு...''

பாலம் கடந்திருந்தது. மிஸ்ராவின் வேகம் குறைந்தது. ஐரோலி நகரத்தின் ஊடே வழி செல்ல, சிக்னல் ஒன்றில் கார் நின்றதில் மேஷ்ரமின் குரல், சற்றே ஓங்கி ஒலித்ததாகப் பட்டது.

''புதுப் பணம், என்ன செய்யணும்னு தெரியாது. காணாததை கண்ட மாதிரி, செலவழிக்கறாங்க. ஒழுக்கம், நன்னடத்தை எல்லாம் காத்துல பறந்துபோக, எதையெல்லாம் செய்யக்கூடாதுன்னு வீட்டுல தடுத்திருந்தாங்களோ, அதையெல்லாம் 'செஞ்சு பாத்தா என்ன?'ங்கற குறுகுறுப்பு, தட்டிக்கேக்க ஆளில்லாம மதர்ப்பு, தைரியம்... என்னவெல்லாமோ பண்ணத் தோணுது.''

''விடுங்க ஸாப், தானாத் தெரிஞ்சிட்டுப் போவுது'' என்றார் மிஸ்ரா, பாதையிலிருந்து கண் எடுக்காமலே.

''மிஸ்ராஜி, ஓட்டறதை மட்டும் நீங்க பாருங்க.'' என்றார் மேஷ்ரம்.

மிஸ்ரா மவுனமாக, நான் சற்றே தர்மசங்கடத்துடன் நெளிந்தேன்.

''மேஷ்ரம்ஜி, அந்த கான்ட்ராக்ட் பத்தி நாம பேசவேயில்லையே?''

''அத விடுங்க. நான் பாத்துக்குவேன். எதாச்சும் டெக்னிகல் சமாசாரம் வந்தா நீங்க பேசுங்க. தனியாப் போனா நல்லா இருக்காதேன்னு ஒரு டீம்-க்கு உங்களை வேணும்னு டைரக்டர்கிட்ட சொன்னேன்.''

''சரிதான், அப்ப நான் சும்மா ஒரு நாற்காலி தேய்க்கிற ஒரு உடல்.''

''அட, அப்படியில்ல. உங்க தேவை இருக்கலாம்னுதான் சொன்னேன்.''

வார்த்தைகள் அப்படியே உறைந்து போக, பன்வேல் நகரைத் தாண்டும்வரை மௌனமாக வந்தோம்.

''அந்த காபி கடைல பாத்தேனே ஒரு பையன். அவன் நம்ம ஆபீஸுக்கு வந்திருக்கான். அமெரிக்கன் எக்ஸ்ப்ரஸ் க்ரெடிட் கார்டு விண்ணப்பப் படிவம் நிரப்ப, டாக்குமெண்ட்கள் வாங்கன்னு வருவான். பயல் கொடுத்துவச்சவந்தான். எதோ பொண்ணு மாட்டியிருக்கு. நல்லா அனுபவிச்சிருக்கான். இனிமே அந்தப்பக்கம் வரமாட்டான் பாருங்க. வேற பொண்ணு, வேற காபி பார், உறையில்லாம வேற ஆட்டம், வேற தலை தடவல்'' சிரித்தார் மேஷ்ரம்.

பூனா வேலை முடிந்த பிறகு ''மிஸ்ராஜி, நாளைக்கு தாமன் போணும். காலேல ஆறரைக்கு வந்திருங்க'' என்றேன். மிஸ்ராஜி வழக்கம்போலத் தலைமட்டும் அசைத்தார்.

மறுநாள் காலை மிஸ்ராஜி வண்டியில், விரார் எல்லையைத் தாண்டும்போது, ஓரங்கட்டி நிறுத்தினார்.

எதிரே காத்து நின்றிருந்த இளைஞனை எளிதில் அடையாளம் கண்டுகொண்டேன்.

''விக்ரம், ஸாப்-க்கு நமஸ்தே சொல்லு'' என்றார் மிஸ்ரா.

இறங்கிய என்னை, வடநாட்டிற்கே உரிய பாணியில் கால் தொட்டு வணங்கினான். ''அடடே, இதெல்லாம் வேணாம்ப்பா, மிஸ்ராஜி, இது யாரு?''

''என் மகன்'' என்றார் மிஸ்ரா ''இவனை வாப்பி ஸ்டேஷன்ல விட்டுடறேன். நம்ம கார்ல கூட்டிட்டுப் போலாமா சார்?'

''தாராளமா வரட்டும்'' என்றேன். அவன் மிஸ்ராவின் அருகே முன்னே அமர்ந்து கொண்டான்.

''ஸாப், கோரக்பூர்ல பி.காம் படிச்சான். நாலு பிள்ளைங்க. ரெண்டு பொண்ணுங்க இன்னும் படிக்கணும். இவன் ரெண்டாவது பையன். மூத்தவன் போபால்ல இருக்கான்.'' மிஸ்ரா தொடங்கினார்.

''இங்க என்ன வேலை பாக்கறே?'' என்றேன் அவனிடம்.

''ஒரு காண்ட்ராக்ட் கம்பெனி. க்ரெடிட் கார்டு விக்கணும், டாக்குமெண்ட் கலெக்ட் பண்ணணும். மாலைகள்ல ஓபராய் மால்-ல எலக்ட்ரானிக்ஸ் கடை ஒண்ணு... லேப்டாப், வாஷிங் மெஷின், ஃப்ரிஜ் விக்கற இடத்துல வேலை. சனி ஞாயிறுல...''

''ஊர் சுத்தப் போவே?'' என்றேன் கிண்டலாக. மேஷ்ரம் சொன்னது நினைவுக்கு வந்தது.

''வெலிங்க்கர் காலேஜ்ல எம். பி. ஏ சேர்ந்திருக்கேன் சார். ஒரு செமெஸ்டர் முடிஞ்சிருச்சு.''

வியந்துபோனேன். ''வெரிகுட்''

''ஸாப்'' என்றார் மிஸ்ரா முன்னே பார்த்து ஓட்டியபடி, ''மேஷ்ரம்ஜி நேத்திக்கு சொன்னதுல உண்மை இல்லாம இல்லை. ஆனா எல்லா சிறுநகரத்துப் பையன்களும், பெண்களும் கெட்டுப்போறவங்க இல்ல. இவன் சம்பாத்தியத்துல, கோரக்பூர்ல என் ரெண்டு பொண்ணுகளும் படிக்குதுங்க. மூத்தவ இஞ்சினீயரிங் சேந்தாச்சு. கடைசிப் பொண்ணு இந்த வருஷம் பத்தாவது... இவனும் மூத்தவனும்தான் படிப்புச் செலவைப் பாத்துகிறானுங்க. என் சம்பளம் வீடு நடத்த செலவாகுது.''

''இதுல எங்கேருந்து சார், ஊர் மேயப் போக முடியும்? இப்ப நான் போறதுகூட, வாப்பில ஒரு காலேஜ்ல ஸ்பெஷல் பயிற்சி வகுப்புகள் எடுக்கறதுக்குத்தான். ஒரு மணி நேரம் லெக்சர் ஐநூறு ரூபாய். ஒரு நாளைக்கு ரெண்டு லெக்சர். ஆயிரம் ஆச்சு. மாசத்துல இப்படி நாலு நாளு. என் வீட்டு வாடகை அடைஞ்சிருது இதுல.''

வியப்பில் ஆழ்ந்திருந்தேன். அப்ப அந்தப் பொண்ணு?

மிஸ்ராஜி தொடர்ந்தார் ''இவன்கூட நேத்திக்கு நாம பாத்தவ என் தம்பியோட பொண்ணு. நேரத்துல பணம் கட்டலைன்னு அவள பேயிங்க் கெஸ்ட் விடுதிலேர்ந்து வெளிய போகச் சொல்லிட்டாங்க. அதுதான் இவங்கிட்ட வந்து அழுதிருக்கா. நேத்திக்கு ராத்திரிக்குள்ள இன்னொரு இடம் பிடிச்சு, அட்வான்ஸ் ஒரு தவணை கொடுத்துட்டு வந்திருக்கான். இன்னிக்கு லெக்சர்ல கிடைக்கறதை மற்றொரு தவணையாக நாளைக்குக் கொடுத்துடறேன்னு சொல்லியிருக்கான்.''

''இளைஞர்கள்னாலே ஊதாரியாத்தான் திரியணும்னு இல்ல சார். வயிற்றுல ஒரு தீ எங்களுக்கும் இருக்கு. எல்லாரும் தடுமாறிவிடுவ தில்லை. ஒத்துக்கறேன். நீங்க இளைஞரா இருந்த காலத்தைவிட இப்போ வசதிகள் அதிகம். அதே மாதிரி சலனங்கள் ஏற்படுத்தும்

சூழ்நிலையும் அமைந்திருக்கு. நீங்க, இப்போ இளைஞரா, எங்களைபோல இருந்தா எப்படி சிந்திப்பீங்க, செயல்படுவீங்க, சார்?''

''விக்ரம்'' மிஸ்ரா அதட்டினார்.

''ஸாரி சார். ஒரு பொண்ணோட ஒரு பையன் இருந்தாலே அது வேற விஷயமாத்தான் இருக்கணும், அந்தப் பெண் அழுதா, வேற ப்ரச்சனையாத்தான் இருக்கும்னு முன் முடிவுகளோடதான் எங்களைப் பாக்கறாங்க. தங்கச்சிக்கு ஒரு பாதுகாப்பான வீடு வேணும்னு நான் அலையறது, இந்த சமுதாயத்துக்கு ஒரு பெண்ணோடு ஊர் சுத்தறதாத்தான் தெரியும்.''

வாப்பி பாலம் கடக்குமுன், அவன் இறங்கிக்கொண்டான். ரோட்டின் ஓரமாக சரிவில் இறங்கி மறைந்து போனான்.

வேலை முடிந்து வரும்போது மிஸ்ராஜி ''நாளைக்கு வண்டி வேணுமா, ஸர்ஜீ?'' என்றார்.

8

கறை

''நமஸ்கார், ஸர் ஜி, ஓபராய் ஸிக்னல்ல நிக்கறேன். எப்படி வரணும்னு சொல்றீங்களா?''

அதிகாலை நாலுமணிக்கு இப்படி ஒரு ஃபோன்கால் என்றால் 'ராங் நம்பர்' என்றிருப்பேன். எனக்கு வரவேண்டிய டாக்ஸி என்பதால் கோபத்தை அடக்கிக்கொண்டு இடத்தைச் சொன்னேன். ஆறுமணிக்குத்தான் கிளம்பணும். நாலேகாலுக்கே வந்து நின்னா என்ன அர்த்தம்?

ஆறுமணிக்கு கீழே இறங்கியபோது, வண்டியைத் துடைத்துக்கொண்டிருந்த அந்த ஒல்லி டிரைவர் சினேகமாகப் புன்னகைத்தார். ''கிளம்பலாமா சார். ஒரு நிமிஷம். உள்ள துடைச்சிடறேன்.''

''இதெல்லாம் நேத்திக்கே செஞ்சிருக்கணும். நாலு மணிக்கே வந்துட்டு என்ன செஞ்சீங்க?''

அவர் பதில் சொல்லாமல் அவசரமாக வண்டியைக் கிளப்பினார். வந்திருந்த குறுஞ்செய்தியில் டிரைவர்

பெயர் முகேஷ் என்றிருந்தது. ‘‘முகேஷ் பாய், மீரா ரோடுல ஒருத்தரைப் பிக் அப் பண்ணிட்டு நேரே தாராப்பூர்.’’

‘‘தெரியும் சார். போன வாரம் கூட அவரை பிக் அப் பண்ணினேன்.’’

டிரைவர்களுக்கு ரோடு மட்டுமல்ல, யார் யாரை எங்கெங்கு ஏற்றினோம் இறக்கிவிட்டோம் என்பது ஃபோட்டோகிராபி மெமரியாக இருக்கும்.

நண்பர் வண்டியில் ஏறியபின் ஒரு பேச்சுமில்லாமல் நெடுஞ்சாலையில் விரைந்தோம். காமத் ஓட்டலில் டிபன். முகேஷை அழைத்தும் வரவில்லை. ஒரு பழைய மஞ்சள் நிறத் துணியால் வண்டியைத் துடைக்கத் தொடங்கினார். அப்படி என்ன வண்டியைத் துடைக்க வேண்டியிருக்கு? இதோட ரெண்டாவது தடவை.

தாராப்பூரில் கஸ்டமரிடம் பேசிவிட்டு வரும்போதும் கவனித்தேன். இரண்டு துணிகள். ஒன்று சொட்டச் சொட்ட நனைந்திருந்தது. மற்றது உலர்ந்த துணி. ஒரு வாளித்தண்ணீரில் துணியை முக்கி முக்கி டயரைத் துடைத்துக் கொண்டிருந்தார். எங்களைப் பார்த்ததும் எழுந்தார். ‘‘போவாமா?’’

‘‘போலாம் சார். அடுத்தது...’’

‘‘தாமன் போணும். நெடுஞ்சாலையிலேர்ந்து வேற வழி சொல்றேன்’’ என்றார் நண்பர்.

முகேஷின் முகம் மாறியது. சிரமப்பட்டு மறைத்தது போலிருந்தது.

நெடுஞ்சாலையில் விரைந்தபோது ‘‘சார்’’ என்றார் திரும்பிப் பார்க்காமலேயே.

‘‘சொல்லுங்க.’’

‘‘நானி தாமன் ரூட்டு வேணாம் சார். ரோடு ரொம்ப மோசமாயிருக்கு. போன வாரம் மழையில அரிச்சுட்டுப் போயிறுச்சு.’’

‘‘பரவாயில்ல. மெதுவாப் போயிருவோம். ஹை வேல ட்ராஃபிக் அதிகமாயிருக்கும். அதுவும் அந்த வாப்பி பாலம்... ஹாரிபிள். நானி தாமன் ரூட்லயே போங்க.’’

இரு நிமிடம் கழித்து மீண்டும் ‘‘சார்...’’

நண்பர் பொறுமையிழந்தார் ‘‘பாய். நான் சொல்றமாதிரி ஓட்டுங்க. திங்கக்கிழமைதான் என் வண்டிய எடுத்துட்டு வந்திருக்கேன். அப்படி யெல்லாம் ரோடு மோசமில்ல.’’

முகேஷ் முகம் ஒரு மாதிரியானதை கண்ணாடியில் கவனித்தேன்.

மிகத் திறமையான டிரைவர் என்பதை அவர் ஓட்டும் விதத்தில் கண்டு கொண்டேன். பொதுவாக நகரத்தில் ஓட்டும் டிரைவர்கள், நெடுஞ் சாலையைக் கண்டால், பறப்பார்கள். போக்குவரத்து விதிகள் எல்லாம் எதிர்காற்றில் பறந்து போகும். கன்னாபின்னாவென்று ஓவர் டேக் செய்வார்கள். முன்னால் போகும் லாரிக்காரனை கண்டபடி திட்டி, இங்குமங்கும் சைடு பார்த்து நுழையப் பார்ப்பார்கள்.

முகேஷ் அதெல்லாம் செய்யாமல், அதே நேரம் மிக மெதுவாகவும் போகாமல், தொண்ணூறு கி.மீ.மணி என்ற வேகத்தில் ஓட்டிக் கொண்டிருந்தார். அவரது இண்டிகோ அதிராமல் போனது... காரை கவனமாக உள்ளே பார்த்தேன். ஒரு இடத்தில்கூட தூசி இல்லாமல், பளிச் எனத் துடைக்கப்பட்டிருந்தது. பின்னே, இப்படி நிப்பாட்டி னாலே, உடனே துடைக்கணும்னு ஒருத்தன் இருக்கறப்போ?

நானி தாமன் வழி போகும்போது வெள்ளம் ஆற்றின் சிறு பாலத்தின் மேலே சென்றுகொண்டிருந்தது. இருபுறமும் போக்குவரத்து நிறுத்தி வைக்கப்பட்டிருக்க, அவர் அமைதியாக காத்திருந்தார். முறை வந்ததும், பரபரத்த போலீஸைக் கண்டுகொள்ளாமல், மிக கவனமாக, அமைதியாக ஓட்டி அப்புறம் சேர்த்தார். ஒன்றுமே நடக்காததுபோல ஓட்டிச் சென்றவரை வியந்தேன். ஆற்றின் இழுப்பு அதிகம். கொஞ்சம் பதறியிருந்தாலும், பாலத்தில் வண்டி நின்று போயிருந்தாலும் சிக்கல்தான்.

''வெல்டன் முகேஷ் பாய்'' என்றேன். அவர் கண்டுகொள்ளவில்லை.

ஒரு திருப்பம் வந்தபோது, வண்டி ஆட்டம் கண்டது. முகேஷின் முகம் வலிப்பு வந்ததுபோல விகாரமானது. மூச்சு பெரிதாக, இரண்டாம் கியரில் வண்டியை, பெருத்த ஓசையில் ஓட்டினார்.

''முகேஷ். என்னாச்சு? மெதுவா மெதுவா. போங்க.'' நண்பர் சொல்லச் சொல்ல, ஏதோ புதியதாக வண்டியோட்டுபவன் தவறான கியர்களைப் போடுவதுபோல... வண்டி குலுங்கி நின்று, மீண்டும் கிளம்பியது... நானும் நண்பரும் ஒருவரையொருவர் பார்த்துக்கொண்டோம். என்னாச்சு இவனுக்கு?

வளைவு ஒன்றும் அபாயமானதல்ல. பெரிதுமல்ல. மண் ரோடு. மழையில் ஒரு ஓரமாக சகதியாயிருந்தது அவ்வளவுதான். ஸ்கூட்டர்கள் செல்லும்போது இவனுக்கென்ன?

முகேஷ் இறங்கினார். ஒரு ஓரமாகச் சென்று அங்கிருந்த மரமொன்றினைத் தொட்டு வணங்கினார். நாங்கள் வண்டியில் இருந்து இறங்குவதா, இருப்பதா என்று யோசித்துக்கொண்டிருக்க, மழை

வலுத்தது. ஒரு நிமிடத்தின் பின் மழைச் சாரலில் வெள்ளைச் சீருடை லேசாக நனைந்திருக்க, முகேஷ் மீண்டார். மெல்லக் கிளப்பி, திருப்பத்தைத் தாண்டியபின் சீராக பயணித்தோம்.

டிரைவர்களுக்கு நம்பிக்கைகள் அதிகம். பேய், ஆவிகளை நம்புவார்கள். ரோட்டின் ஓரத்தில் இருக்கும் சில தெய்வங்களை மதபாகுபாடின்றி வணங்குவார்கள். தொழிலில் இருக்கும் அபாயங்கள் அவர்களை பலவற்றிலும் நம்பிக்கை கொள்ள வைக்கிறது. இதனை பல முறை நானே உணர்ந்திருக்கிறேன். பலர் சொல்லக் கேட்டிருக்கிறேன்.

''மங்களூர் தாண்டி சுப்ரமண்யா போகிற வழியில, வனதேவதை கோயில்ல நேர்ந்துக்காம வண்டி ஓட்டமாட்டேன் சார். கிறுக்கந்தான் அங்க வணங்காம போவான். அப்படிப் போறவன்... இந்த வண்டி மேல சத்தியமா சொல்றேன் சார்... அடுத்த பக்கம் முழுசா வந்து சேரமாட்டான். போனவாரம் இப்படித்தான் ஒருத்தன் முஸ்லிம் டிரைவரு... போடா நான் இந்த தெய்வமெல்லாம் கும்பிட மாட்டேன்னு வண்டியெடுத்தான். சொன்னேன். கேக்கல. காலேல பத்து மணிக்கு உடுப்பி வந்து சேரணும்... ஒரு மணியாச்சு வரல. அப்புறம் நாலு மணிக்கு ஆத்துல சொருகிட்டிருந்த வண்டிய எடுத்தோம்.'' இரு மாதங்கள் முன்பு உடுப்பியில் ஒரு டிரைவர் சொல்லக் கேட்டது.

அந்தத் திருப்பத்தில் ஒரு மரம் தவிர வேறொன்றும் இல்லை. அதுவும் திருப்பத்திலிருந்து சற்று தொலைவில்... வழிபாடு செய்ததற்கான ஒரு அறிகுறியும் அதிலில்லை. ஒரு திறமையான வண்டியோட்டி அங்கு ஏன் திணறவேண்டும்?

கஸ்டமரின் கேள்விகளுக்கு நண்பர் தயார் செய்யத் திட்டமிடப் பேசத்தொடங்கியதில், மறந்து போனேன்.

மாலையில், முகேஷ் ''வெள்ளம் பாலத்து மேல வேகமாப் போயிட்டிருக்குன்னு கேள்விப்பட்டேன். வாப்பி போய் போயிரலாம்'' என்றார். சரியென்று கிளம்பினோம்.

சூர்யா நதி பாலம் தாண்டி, அனம் ரெஸ்டாரன்ட்டில் சாய் குடிக்க வண்டியை நிறுத்தினோம். முகேஷ் பாய், இரு துணிகளுடன் வண்டியைத் துடைக்கத் தொடங்கினார்.

''இவன் என்ன லூஸா?'' என்றேன் நண்பரிடம். ''எப்பப் பாரு தொடைச்சுக்கிட்டேயிருக்கான்.''

நண்பர் பதில் சொல்லுமுன் அடுத்த டேபிளிலிருந்த ஒருவர் எழுந்து வந்து அவர் தோளில் தட்டினார். பழைய நண்பர்கள் போலும். வினோத் ஆச்சார்யா என்று அறிமுகப்படுத்திக்கொண்டார்.

''டிரைவரை சாய் குடிக்க கூப்பிட மறந்துட்டமே?'' என்றேன். ஆமா என்றவாறு நண்பர் எழ முயல, ஆச்சார்யா வாசலைப் பார்த்தார்.

''யாரு முகேஷா?''

''ஆமா'' என்றேன் ஆச்சர்யத்துடன். ''உங்களுக்குத் தெரியுமா?''

''நல்லாத் தெரியும். எப்ப வெளிய வந்தான்?''

''வெளிய?'' திகைத்தோம்.

''ஆமா. எட்டு வருஷம் இருக்குமே... பெரிய கேஸ் அது. டயமெண்ட் மெர்ச்சன்ட் பையன் காரோட்டியா இருந்தான். தாமன்ல தண்ணியடிச்சுட்டு ஓனரோட பையன் கிளம்பறப்போ லேட் ஆயிருச்சு. இவந்தான் முதல்ல வண்டி ஓட்டியிருக்கான். ஓனர் பையன் நான் ஓட்டறேன்னு வலுக்கட்டாயமா வாங்கி..... தாமன்லேர்ந்து நானி தாமன் வழியா வருவோம்பாருங்க அந்த உள் ரோடு... அதுல ஒரு பையன அடிச்சு தூக்கிட்டான். இவன நான்தான் ஓட்டினேன்னு சொல்ல வச்சு உள்ள வச்சாங்க. அங்... பைசா கொடுத்தாங்க... அது வேற கதை.''

''அடப் பாவமே'' என்றேன்.

''முகேஷ் தம்பி என் கம்பெனியிலதான் வேல பாக்கறான். செத்த பையனோட அம்மா வந்து பல நாள் கதறிச்சுன்னு சொன்னான். முகேஷ் உள்ள போயிட்டான். அவளுக்கு என்ன இழப்பீடு கொடுத்திருப்பாங்க? கிழவி போகட்டும்னு ஆயிரம் ரெண்டாயிரம் கொடுத்து அனுப்பியிருப்பாங்க. வைர வியாபாரி. ஜெயின் மந்திருக்கு வேணா செலவழிப்பான். இடைச்சிக்கா கொடுப்பான்?''

நாங்கள் அமைதியாக அமர்ந்திருந்தோம். முகேஷ் உள்ளே வந்து ஒரு ஓரமாக டேபிளில் அமர்ந்தது தெரிந்தது.

''முகேஷ் பரோல்ல வந்தப்ப ஒருதடவை கேட்டானாம். செத்தவன் வீட்டுக்கு எதாச்சும் செஞ்சாங்களான்னு. அவன் தம்பி தெரியாதுன்னு சொல்லியிருக்கான். முகேஷ் தாமன் போய் அவங்களைத் தேடினானாம். கிடைக்கலைன்னு வந்து அழுதிருக்கான். அப்புறம் என்ன ஆச்சுன்னு தெரியாது. விடுங்க. ஆமா, புது ஏஜென்ஸி எடுத்திருக்கீங்க போலிருக்கு?''

காரில் மீண்டும் செல்லும்போது அமைதியாயிருந்தோம். பேச வேண்டுமே என்பதுபோல் ''நேத்திக்கு எங்க டூட்டி முகேஷ்?'' என்றார் நண்பர்.

''வாப்பி ரூட்டுதான் சாப். சில்வாஸா போயிட்டு வந்தோம். கஸ்டமர், உங்கள மாதிரி டீசண்ட் ஆளுங்க இல்ல சாப். மூக்கு முட்ட குடிச்சுட்டு... சே...''

நாங்கள் அமைதியாக இருந்தோம்.

முகேஷ் கண்ணாடியில் எங்களைப் பின்னால் பார்த்தார். ''ரெண்டு தடவை கழுவிட்டேன் சார் வண்டியை. காலேல உங்க வீட்டுப்பக்கம் நிறுத்தி, செக்யூரிட்டிகிட்டே ரெண்டு வாளி தண்ணி வாங்கி உள்ள அடிச்சு கழுவினேன். அப்படியும் நாத்தம்... விஸ்கி வாடை சீக்கிரம் போகாது சார்.''

''ஆமா'' என்றேன் பொதுப்படையாக. ஜன்னல் கண்ணாடியை இறக்கினேன். உஷ்ஷ் என்ற ஒலியிடன் காற்று உள்ளே கூச்சலிட்டது.

அதன்பின் யாரும் பேசவில்லை.

இறுதியில் அவரது காகிதத்தில் கையெழுத்துப் போடும்போது அவர் மூக்கை அவசரமாக இருமுறை உறிஞ்சினார். ''இன்னமும் விஸ்கி வாடை அடிக்கறதோ?'' என்றேன்.

''ரத்த வாடை சார்... நாய் பூனை எதாச்சும் அடிபட்டிருச்சோ? எதுக்கும் பாத்துடறேன். செக்யூரிட்டி கிட்ட ஒரு வாளி தண்ணி எடுத்துத் தரச் சொல்றீங்களா சார்?''

வீட்டில் நுழைந்தபின், ஜன்னல் வழியே கீழே பார்த்தேன். சாலை விளக்கொளியில், ஒரு ஓரத்தில் முகேஷ் காரை கழுவிக்கொண்டிருந்தது மங்கலாகத் தெரிந்தது.

9

லட்சுமணன்

''பத்தே நிமிஷம் சார், பிரிட்டிஷ் கேஸ் பில்டிங் வாசல்ல வந்திருங்க. யூ டர்ன் எடுக்க வேண்டாம் பாருங்க'' லட்சுமணனின் குரல் என்பதால் சரி என்றேன். ஏற்கெனவே அஞ்சு நிமிஷம் லேட். இதுல இன்னும் பத்து நிமிஷம்... அதுவும் வேறொரு ஆபீஸ் வாசல்ல...

லட்சுமணன் நல்ல டிரைவர் மட்டுமல்ல, நல்ல மனிதரும்கூட. எப்போதாவதுதான் அவரது கம்பெனியின் கார் எங்களுக்கு வாய்க்கும். அதிலும் பாண்டே, மிஷ்ரா, கச்சலே என்று உ.பி, மராட்டி டிரைவர்கள்போக, அபூர்வமாத்தான் லட்சுமணன் சாரதியாக வாய்ப்பார். கண்ணியமாகப் பேசுவது மட்டுமல்ல, நல்ல மொழியாண்மையும், நாகரிக மாக நடப்பதும் சற்றே வியப்பாக இருக்கும்.

''சாரி சார். அண்ணன் வர்றேன்னாரு. அவர போறவழியில வாஷில விட்டுட்டு, சிப்லூன்

போயிரலாம்.'' வந்ததும் வராததுமாக அவசரமாக அவர் சொன்னதில் எரிச்சல் மறந்தேன். பின் சீட்டில் சாய்ந்து ஒரு முதியவர் அமர்ந்திருந்தார். 'அலோ' என்றார், கரகரப்பான குரலில். வளைவில் வலப்புறம் திரும்பி, சிறு சாலை கடந்து பவாய் சிக்னலில் காத்திருந்தோம்.

''நான் சிவராம சுப்ரமணியன். சிவராமன்னு கூப்பிடுவா. நீங்க திருநெவேலியாமே லட்சுமணன் சொன்னான்.'' என்னமோ பலவருடப் பழக்கம்போலத் தொடங்கினார்.

''ஆமா. நீங்க?''

''புளியரைன்னு கேள்விப்பட்டிருக்கேளா? செங்கோட்டை தெரிஞ்சிருக்கும்.''

''புளியரை தெரியும். அப்பா அங்க செக்போஸ்ட்ல வேலையா இருந்தார்.''

''அடடே! ரொம்ப நெருங்கி வந்துட்டேள். ஹ ஹ'' என்றார். என்னமோ பெரிய ஜோக் சொன்னதுபோல. எனக்கு ஏனோ அவரை அதிகம் பிடிக்கவில்லை. ஏதோ வேலையிருப்பதுபோல லேப்டாப்பைத் திறந்தேன்.

''சார், அண்ணன் நிறைய புக் படிப்பாரு. நீங்க புக் எழுதியிருக்கறதா சொன்னேன். அதான் கார்லயே பாத்துப் பேசிக்கறேன்னு வந்துட்டாரு.''

லட்சுமணனை அறையலாமா என்று தோன்றியதை அடக்கிக் கொண்டேன். இன்னும் எக்ஸல் ஷீட் சரிபார்க்கவில்லை. கஸ்டமர், சிப்லூனில் பின்னி எடுக்கப்போகிறான். அந்த வேலை இருக்கையில் என்ன கதை பேச்சு?

''இவன் சொன்னான். ஆமா, கதைன்னா எப்படி... காதல், சமூக விதி மீறல்... அப்படியா? இல்ல கட்டுடைத்தல், நவீனத்துவம் அப்படி இப்படிங்கறாளே? அந்த மாதிரியா?''

சிரித்தேன் ''இல்ல சார்... நான் என்னமோ அறிவியல் அதுஇதுன்னு...''

''ஜாதி, சமூகம்னு எழுதறது தப்பில்ல. ஆனா, சாஸ்த்ரம், மந்த்ரம்னு இருக்கறதே தப்புன்னு எழுதறதுதான் சரியில்ல. படிச்சுப் புரிஞ்சுண்டு எதிர்க்கணும். ஜெயகாந்தன் சொன்னார் பாருங்கோ, இலக்கணம் கற்றுக்கொள்ளுங்கள், அதன்பின் அதனை மீறுங்கள்னு, அத மாதிரி.''

வியந்தேன். இந்தாள் 60களில் பொன்னியின் செல்வன் மட்டும் வாசித்த சாதாரண ஆளில்லை. ''பின்ன எப்படி எழுதணும்ங்கறீங்க?

எல்லாராலும் சாஸ்த்ரம் படிச்சுட்டு வந்து கதை எழுத முடியாது. அனுபவத்தையும், கேட்டதையும்தான் வைத்து எழுத முடியும்.''

''என்னன்னே தெரியாம எழுதிட்டு, அப்புறம் விளைவுகள் பத்தி வருத்தப்படக்கூடாது பாருங்கோ. அப்படித்தான் எனக்கும் ஆக இருந்தது. ஏதோ ஒரு புண்ணிய பலம், 'இதுக்கு அர்த்தம் என்ன?'ன்னு கேக்க வைச்சது. பலன் வேறயா ஆகிப்போச்சு. என்னடா லட்சுமணா...''

''ஆமாண்ணா'' என்றார் லட்சுமணன், காந்திநகர் மேம்பாலத்தில் வண்டி ஏறிக்கொண்டிருந்தது.

''இவன் யாருன்னு நினைக்கறேள்'' என்றார் சிவராமன், லட்சுமணனைச் சுட்டிக்காட்டி.

''டிரைவர். அவ்வளவுதான் தெரியும்''

''இது அவன் வண்டி. இது மாதிரி நாலு வண்டி வச்சிருக்கான். உங்க கம்பெனி ஆர்டர் கொடுக்கறதே, அது இவன் கம்பெனி.''

ஆச்சரியமடைந்தேன். ஐந்து கார்கள், ரெண்டு இன்னோவா வச்சு ஓட்டும் கம்பெனியின் ஓனரா எனக்கு வண்டியோட்டுகிறார் இன்று?

''ஒரு பி. எஸ். யூல பர்ச்சேஸ் ஆபீஸரா இருந்தான். வொர்க் ப்ரஷர். விடு, வி ஆர் எஸ் வாங்குன்னேன். அதுபோட்டும். எனக்கும் இவனுக்கும் என்ன உறவுன்னு நினைக்கறேள்?''

நிதானித்தேன். இந்த ஆள் கறுப்பாக குட்டையாக, திருநெல்வேலி பக்கம் இருந்து வந்த ஏழை பிராமணர் குடும்பத்தினர் அல்லது பாலக்காடு. லட்சுமணன் பற்றி சொல்லவே முடியாது. நல்ல கலர், உயரம், எடுப்பான நெற்றி, ஆனால் பாஷை... திருநெல்வேலி வட்டார வழக்கு.

''தெரியலையே சார்'' பொத்தம்பொதுவில் சொல்லிவைத்தேன்.

''சொந்த அண்ணா தம்பிகள். நான் அவனை விட 16 வயசு பெரியவன்.''

சூடம் ஏத்தி சத்தியம்செய்தாலும் நம்ப முடியாது. ''ரொம்ப வித்தியாசமா இருக்கீங்க'' என்றேன் வியப்புடன்.

''ஆமா, அப்பாதான் ஒருத்தர். அம்மா வேற இல்லையா? அதான்'' கை தட்டிச் சிரித்தார், திடீரென இருமல் வந்து லொக் லொக்கென, லட்சுமணன் அவசரமாக வண்டியை ஓரம் கட்டினார். பின் கதவை அவசரமாகத் திறந்து,

''அண்ணே, பாத்து. பாத்து. தண்ணி குடிக்கீயளா?'' என்றார், பிஸ்லரி பாட்டிலை எடுத்தபடியே.

''வேணாம்டா. அதும்பாட்டுக்கு அது, இதும்பாட்டுக்கு இது. நீ கிளம்பு. சாருக்கு நேரமாறது.''

சிவராமன் சற்று நிதானித்தார். ''ஆங். என்ன சொல்லிண்டிருந்தேன்? எங்கப்பாக்கு திருநாங்கோவில் பக்கம். நன்னாத்தான் இருந்தோம். அம்மா திடும்னு போயிட்டா. இவருக்கு வேலை மாத்தி புளியரை பக்கமா ட்ரான்ஸ்ஃபர்.

குழந்தைகள் எல்லாம் அல்லாடவேண்டாம்னு, என்னையும் என் தங்கையையும் எங்க பாட்டி ஆத்துல விட்டுட்டு அப்பா மட்டும் புளியரைல ஒரு வீட்டுல தங்கிண்டிருந்தார். சாப்பாடு வெளிய பாத்துக்கணும். ரெண்டு தெரு தள்ளி, கோமதின்னு ஒரு பால்ய விதவை... பாவம் மெஸ் நடத்திண்டிருந்தா. இவர் அங்க போய் வந்திண்டுருந்தார். எப்படியோ ரெண்டுபேருக்கும் உறவு... சரியா, தப்பான்னு கேக்காதே... நாம அந்த இடத்துல, அந்த காலத்துல அவா நிலையில இல்லாம, தப்பு சரின்னு சொல்லப்படாது. எங்கப்பான்னு நான் ஜஸ்ட்டிஃபை பண்ணலை. நீ புரிஞ்சிக்கணும்.''

தலையாட்டினேன்.

''ஊருக்குத் தெரியாம ஒண்ணும் வேணாம்னு, அவளை கல்யாணம் பண்ணிண்டுட்டார் அப்பா. விஷயம் தெரிஞ்சு தாத்தா பாட்டியெல்லாம், 'அவளை விட்டுட்டு வந்து மரியாதையா குடும்பம் நடத்து, இல்ல பிள்ளையும் கிடையாது, சொத்தும் கிடையாது'ன்னா. இவர் 'என்ன நம்பி வந்துட்டா. அவளுக்கு நான் துணை, எனக்கு அவள் துணை'ன்னு சொல்லிப்பார்த்தார். யாரும் கேக்கலை. அவளுக்கு ஒரு பிள்ளை பிறந்தது. எப்பவாச்சும் ஸ்ரீவைகுண்டம் வருவார். ரோட்லேர்ந்து என்னையும், தங்கச்சியையும் பாத்துட்டு, எதாவது மிட்டாய் வாங்கிக்கொடுத்துட்டுப் போயிருவார். பாட்டி தாத்தாவுக்கு தெரிஞ்சா திட்டுவான்னு, நாங்க சொல்லவே மாட்டோம்.

ஆச்சா? நாங்க பாளையங்கோட்டை வந்து படிச்சோம். ஏதோ படிப்பு நன்னா வந்து சென்ட்ரல் எக்ஸைஸ்ல சேர்ந்தேன். தாத்தாவும் பாட்டியும் போயாச்சு. நான், தங்கையோட டெல்லி போயிட்டேன். 1968 ஜூன்ல டெலகிராம் வந்தது... அப்பா திடும்னு போயிட்டார்னுட்டு. திருநெல்வேலியில ஏதோ வேலையா வந்தவர் மாரடைப்பில், லாட்ஜ்லயே போயிட்டார். அடிச்சுப்புரண்டு டெல்லியிலேர்ந்து ஃப்ளைட்ல வந்தேன். அதுதான் முதல் விமானப்பயணம் எனக்கு.

காரியமெல்லாம் முடிச்சு கொக்கிரகுளம் படித்துறைலேர்ந்து கரையேர்றேன். தூரத்துல ஒரு பெண், ஒரு பையனோட நிக்கறா.

ராஜாமணி மாமா 'இவதான் ஒங்கப்பாவோட ரெண்டாவது தாரம்'ன்னான் காதோட. 'பாக்காதே, எனக்கே பத்திண்டு வர்றது. குடும்பத்தைப் பிரிச்சவா கிட்ட என்ன குசலம் விசாரிக்கறது?' இழுத்துக்கொண்டு முன்னே போனான் ராஜாமணி.

'தம்பி'ன்னா அவள். 'அப்பா போயிட்டாருன்னு ஒருத்தர் சொல்லலியேய்யா. திருநெவேலி போயிட்டு வாரேன். நாலு நாளாவும்னாரு. நான் அங்கிட்டு புளியரைல இவனோட நிக்கேன். இவரு போனதுகூட தெரியாம... சிறுக்கிக்கு திரும்பவும் வெள்ளப்புடவதான் விதிச்சிருக்குன்னு கூட தெரியாம நிக்கேன்யா.' தலையில் மடேர் மடேரென கைகளால் அடித்துக்கொண்டு அழும் அவளைப் பார்த்துக்கொண்டே நின்றேன்.

'சிவராமா...' யாரோ கூப்பிட்டார்கள். என்ன சொல்வதென்றே தெரீயாமல் நின்றிருந்தேன். அவளருகே நின்றிருந்த சிறுவன் மலங்க மலங்க என்னை விழித்துப்பார்த்தான். அப்படியே அப்பாவின் ஜாடை.

'என்னம்மா செய்ய? விதி' என்று என்னமோ உளறி மேலே நடந்தேன். ராஜாமணி என் தோளை அணைத்து 'இப்ப எதுக்கு வந்திருக்கா தெரியுமோ? இருக்க எடம் கிடையாது. அடிச்சுப் பத்திடுவன்கள் புளியரைல. அதான் வந்து குடம்குடமா கண்ணீர் விட்டுப் பாக்கறா. ஒரு பைசா, இரக்கப்பட்டு கொடுத்துடாதே. நீங்க பட்ட கஷ்டமெல்லாம் அவளுக்குத் தெரியாதா என்ன? தெய்வம் நின்னு தண்டிக்கறது. அவ்வளவுதான் சொல்வேன்.'

அடுத்தடுத்து நாட்களின் காரியங்கள் நடந்துகொண்டேயிருந்தன. அவள் வரவில்லை. பதினஞ்சாம் நாள் காலையில் சும்மா நடந்து தாமிரபரணிக்கரையில் நின்றுகொண்டிருந்தேன். சங்கரன் சாஸ்திரிகள் படித்துறையில் இருந்து மேலேறிக்கொண்டிருந்தார்.

'சிவராமனா, அப்பா போயிட்டாராமேடா? ரொம்ப வருத்தமா இருக்கு கேட்டியா? நல்ல மனுஷன். ஊர் புரிஞ்சிக்கலை. சரி விடு.'

வியந்துபோனேன் 'அவர் நல்லவர்ங்கறீங்களா ஸ்வாமி?'

'இல்லையா பின்னே? த பாரு, அவர் நினைச்சிருந்தா, களவு ஒழுக்கமா இருந்துட்டு, இவளை எனக்குத் தெரியவே தெரியாதுன்னு சாதிச்சிருக்கலாம். ஊர் அவரை நம்பியிருக்கும். ஆனா பாரு, மனுஷன், மனசுக்கும் உடம்புக்கும், பிடிச்சு நின்ன சாஸ்த்ரத்துக்கும் மீறிப்போக நினைக்கலை. தெய்வமென்பது ஒரே சத்தியம்ங்கற வாக்கு. அவர் படிச்சதைப் புரிஞ்சதை தவறாக மீறினாலும், வாழ்ந்திருக்கார் பாரு. ஸ்வர்க்கம்தான் அவருக்கு ப்ராப்தம்.'

'ம்ம்' என்றேன். அவர் ஒரு புத்தகத்தை நீட்டினார் 'புதுசா மெட்ராஸ்ல போட்டிருக்கா. தர்ப்பண மந்த்ரம், எப்படி பண்ணனும்னு எல்லாம் ஸ்டெப் பை ஸ்டெப்பா விளக்கியிருக்கார் பாரு. டெல்லியில யாரு வாத்தியார் வரப்போறார்? இதை வச்சுக்கோ' வெறுமே புரட்டிக்கொண்டிருந்தேன். மந்திரங்கள் ஒரு புறமும், அர்த்தம் மறுபுறமுமாக அந்த சிறுபுத்தகம் என்னை உள்வாங்கியது.

பதினாறாம் நாள் அனைவருக்கும் புது ஆடை, கோயில் சென்று வந்து சந்தோஷமாக இருக்கவேண்டிய நாள். அன்னிக்கு அழக்கூடாது. வீட்டினுள் ஏதோ ஜோக்கில் சிரித்தபடி எல்லாரும் அமர்ந்திருக்க, ராஜாமணி தெருவைப்பார்த்தான். 'டேய். அவளை யார்ரா வரச்சொன்னது?' வாசலுக்கு வேகமாக நடந்தவனைத் தடுத்தேன்.

'நாந்தான் அழைச்சேன்.'

'பைத்தியமா நோக்கு? அவ யாரு? எந்த நேரத்துல யாரை வீட்டுக்குள்ள சேக்கணும்னு தெரியாதா உனக்கு' கத்தத் தொடங்கினான் ராஜாமணி.

'ராஜா, தோ பார்' என்றேன் 'தர்ப்பண மந்திரம் சொல்றோம். மூதாதையர் எல்லாரையும் ஒவ்வொருவரையா அழைக்கறோம். மரியாதை செய்யறோம். எல்லாரையும் ஒவ்வொருத்தரா கிளம்பிப் போகச் சொல்கிறோம்.

இந்த மந்திரத்துக்கு என்ன அர்த்தம்?

ஞாதாக்ஞாத பித்ரூ... ஸ்வதானமஸ் தர்ப்பயாமி
ஞாதாக்யாத பித்ருபத்னி ஸ்வதானமஸ் தர்ப்பயாமி

நான் அறியாத எனது பிதிர் வகை மூதாதையரே, நான் அறியாத மூதாதையரின் மனைவியரே உங்களுக்கு வணக்கம். வருக.

'அதுக்கும் இதுக்கும் என்னடா சம்பந்தம்' ராஜாமணி இரைந்தான்.

'இருக்கு. நான் அறியாத பிதிருக்களுக்கும், அவர்களது பத்தினி களுக்கும் வணக்கம் சொல்லும்போது, எதிரே நான் அறிஞ்ச தந்தையின் பத்தினி இருக்கறச்சே, அவளை மரியாதை செய்யலேன்னா, நான் என்ன மனுஷன்டா? என்ன செய்வா, இவ பாவம்? இதோ நிக்கறானே, இந்தப் பய செஞ்ச பாவம் என்ன? அப்பாவுக்கு ஒரு கடமைன்னா அது எனக்கும் வந்ததுதான்.'

சொல்லிவிட்டு அவர்களை உள்ளே அழைத்தேன். அவனுக்கு புது டிராயர் சட்டை, அவருக்கு என் அம்மாவின் வளையல்களைக் கொடுத்தேன்.

'இந்த வீட்டுல நீங்க நிரந்தரமா இருக்கலாம். இவனை இங்கயே ஸ்கூல்ல படிக்கவைங்க. மாசாமாசம் நூறு ருபாய் அனுப்பறேன்.'

ராஜாமணியின் மனைவி 'அவ உன் அம்மாவாடா? சொல்லுடா' என்று கத்தினாள்.

'அவ என் அம்மாவா இல்லாமலிருக்கலாம். ஆனா என் அப்பாவோட மனைவி. அதுபோதும். என் வீடு. நான் கொடுக்கறேன்.'''

சிவராமன் முடித்தார். பச்சைத் துண்டு ஒன்றால் உதட்டைத் துடைத்துக் கொண்டார். லட்சுமணன் காரைச் செலுத்துவதில் கவனமாயிருந்தார். அமைதியாக கார் வாஷி வரை சென்றது.

வாஷியில் ''வேங்க, பெரீப்பா'' என்ற கீச்சுக்குரலில் ஒரு பெண்மணி அவரை ஓடிவந்து கை பிடித்து அழைத்துச் சென்றார். ''ஏட்டி, பதுக்க'' என்றார் லட்சுமணன்.

காரில் நாங்கள் பயணத்தைத் தொடருகையில் சிரித்தார் லட்சுமணன். ''கோட்டி பிடிச்ச பொண்ணு. பெரியப்பா வந்துட்டாருன்னா இன்னிக்கும் குஷி பாருங்க. நாலு கழுத வயசாயிருச்சு. இவ இன்னும் சின்னபிள்ள கணக்கா... இவருன்னு இல்ல, என் அக்கா இருக்காள்லா, அதான் அண்ணாச்சியோட தங்கச்சி. அவுங்க வீட்டுலயும் இவ என்னமா குதிப்பாங்கறீய? என்ன, இப்ப ஒரு சின்ன ப்ரச்சனை. இவளுக்கும், இவ புருஷனுக்கும் தகராறு. புரியாம ரெண்டும் கத்துதுக. நான் இருந்தா, ரெண்டு பேருக்கும் செரிக்கும் கொடுத்திருப்பேன். அண்ணாச்சி 'டே நான் பாத்துக்கறேன். சொல்ற விதமாச் சொல்லணும்... கூட்டிட்டுப் போ'ன்னாரு, அதான் வீட்டுல விட்டிருக்கேன்.''

பன்வேல் தாண்டி கோவா ஹைவே செல்லும் பாதையில் விரைந்தோம்.

''அண்ணாச்சி கட்டல. எங்களை வாழவைக்கறதுக்கு, அந்த அக்காவை கலியாணம்கட்டிக் கொடுக்கறதுக்குன்னு காலம் முழுசும் செலவழிச்சிட்டாரு. எப்பவாச்சும் கேப்பேன் 'அண்ணாச்சி, எங்களுக்கு இப்படி தேய்ஞ்சிட்டீயளே? என்ன செஞ்சிருக்கம் ஒங்களுக்கு?'''

அமைதியாகக் கேட்டிருந்தேன்.

''அவரு சொல்வாரு 'போடா, போக்கத்தவனே. இனிமேத்தான் செய்யணும். நாளைக்கு ஒன் பேரன் தர்ப்பணம் பண்ணும்போது என் பெயர் வரும்போது கண்ல துளிர்க்கும்பாரு, அது போதும்.'''

முன்னே சாலை பெரிதாக விரிந்தது.

10

ஊரிசாங்

''இந்த நேரத்துல டாக்ஸிக்கு எங்க போக?'' ஜித்து கேட்க அனைவரும் மௌனமானோம். மாலை ஆறுமணி என்பது மலைகளில் பத்து மணி போல இருக்கும். டெராடூன் குளிர் ஸ்வெட்டர்களை ஊடுருவியது.

டெராடூன் அலுவலக சுற்றுப்பயணத்தை முடித்து விட்டு அனைவரும் அடுத்த நாள் மும்பைக்குத் திரும்புவதாக இருந்தது. திடீரென ஒரு வாடிக்கை யாளர் அடுத்த நாளே சண்டிகருக்கு வருமாறு அழைக்க, நானும் ஜித்துவும் மட்டும் உடனே சண்டிகர் கிளம்பவேண்டுமென டெல்லியிலிருந்து செய்தி. டாக்ஸி பிடித்துப் போனால் இரவு பன்னிரண்டு மணியளவில் சண்டிகர் போய் விடலாம்.

ஒரேயொரு சிரமம்தான். டெராடூனில் இந்த நேரத்தில் திடீரென கார் கிடைக்காது. அதுவும்

நீண்ட பயணமென்பதால் டிரைவர்கள் தயாராக இருக்கவேண்டும். உத்தரகாண்ட், இமாசலம், ஹரியானா என்று மூன்று மாநிலங்களைக் கடக்கும் அனுபவம் இருக்கவேண்டும். மூடுபனி, மலைக்காட்டுப் பாதை வேறு.

பரிமள் ஜெயின் யாரிடமோ ஃபோனில் பேசினான். ''அரைமணி நேரத்தில் டாக்ஸி வரும்ங்கறாங்க'' என்றான். ''இன்னும் அரைமணி நேரமா?. இப்பவே இருட்டிருச்சே?'' என நானும் ஜித்துவும் தயங்கினாலும், வேறுவழியில்லை. குளிர் நடுக்க, பரிமளின் அறையில் காத்திருந்தோம்.

இருபது நிமிடத்தில் வந்த காரைப் பார்த்ததும் ஜித்து சொன்னான் ''இது வேண்டாம்ப்பா. இண்டிக்கால இவ்வளவு தூரம் போனா, முதுகு வலி பின்னிரும். டிரைவரைப் பாரு. கிழட்டு சர்தார்ஜி.''

டிரைவர் மிக ஒல்லியாக, ஒரேயொரு ஸ்வெட்டரில் இருந்தார். தாடி படிய வாரப்பட்டு, முறுக்கப்பட்டு, நன்கு மடிக்கப்பட்ட பட்டுத்துணி போல, அவரது சீக்கியத் தலைப்பாகையிலிருந்து நீண்டு வெள்ளியும், பழுப்புமாக நிறக்கலவையில் முகத்தில் படர்ந்திருந்தது. அடர்த்தியான புருவமுடிகள் வெள்ளிக்கோடுகளாக சீற்றத்தோடு முளைத்தெழுந்து நின்றன...

''வேற வழியில்ல ஜித்து.'' என்றான் பரிமள். ''இவர் மட்டும்தான் சரின்னு வந்திருக்காரு. இப்ப கிளம்பலைன்னா, நாளைக்குப்போய்ச் சேர முடியாது.'' நிலைமையின் தீவிரத்தில் ஜித்து எவரையோ தாயைப் புணர்வதான ஒரு சொல்லால் திட்டியபடி எழுந்தான்.

''என் பெயர் ஹரிசிங்'' என்றார் சர்தார்ஜி. புறங்கையில் மயிர்க்காட்டுக்கிடையே புடைத்தெழுந்திருந்த நரம்புகள், புவி வரைபடங்களில் ஆறுகளை வரைந்திருப்பதைப்போல மணிக்கட்டி லிருந்து விரல்மூடுகளுக்குப் பரவியிருந்தன. பின்புற இருக்கைகளில் நாங்கள் அடைந்து கொண்ட பின், அவர் வண்டியைக் கிளப்பினார்.

''இப்ப மணி ஆறு முப்பத்தஞ்சு. பன்னிரெண்டரை ஒரு மணிக்கு சண்டிகர் போயிரலாம். எந்த செக்டார் போணும் சர்ஜீ'' என்றார் படுசுத்தமான படு சரளமான ஆங்கிலத்தில்.

ஜித்து என்னை ஒரு முறை திகைப்புடன் ஏறிட்டான். அட்சர சுத்த ஆங்கிலம், மலைப்பகுதி சர்தார் டிரைவரிடம்? ''செக்டார் முப்பத்து நாலு.''

காய்ச்சலுக்காய் ஒரு க்ரோஸின் விழுங்கினேன். சிறிது நேரத்தில் கால், கை மூட்டுகளில் வலி ஏற, லேசாக முனகினேன். கார், டெராடூன்

விடுத்து மலைப்பாதையில் விரைந்தது. சர் சர் என லாரிகள் வேகமாக எதிரே வந்தபோதும், பளீர் பளீரென அவற்றின் ஹெட்லைட்டுகள் பயமுறுத்தியபோதும் நான் கண்களைச் சுருக்கினேன். சர்தார் நேராகப் பார்த்தபடி அனாயசமாக ஓட்டினார்.

காட்டில் ஓர் ஓரமாக சிறுநீர் கழிக்க வண்டியை நிறுத்தினார் சிங். கொஞ்சம் ஓரமாகப் போக முயன்ற எங்களைத் தடுத்தார் ''திடீர்னு சரிவு இருக்கும். மழை வேற பெஞ்சிருக்கு. மண் இளகியிருக்கும். வெக்கமெல்லாம் பாக்காம இங்கயே லைட் வெளிச்சத்துல அடிச்சுட்டு வாங்க'' குளிர் வேறு வாட்ட, எதிரே வரும் வாகனங்களின் விளக்கொளியில் சங்கடத்தில் திரும்பி நின்று தடுமாற... ஒரு நிமிட வேலை இரு நிமிடமானது.

முன்புறம் அவர் அருகேயான சீட்டில் அமர்ந்துகொண்டு, சீட்டைப் பின்னே தள்ளி கால் நீட்டிக்கொண்டேன். ''மாத்திரை போட்டீங்க. பாத்தேன். என்ன உடம்புக்கு?'' என்றார் ஹரிசிங்.

''காய்ச்சல், மூட்டு வலி''

''குளிர்னால வந்திருக்கும். க்ரோஸினெல்லாம் வேணாம். காட் செக்‌ஷன்ல திரும்பவும் ஏறுவோம். அதுக்கு முன்னாடி ஒரு தாபாவுல நிறுத்தறேன். வென்னீர்ல ப்ராண்டீ அடிச்சுட்டு தூங்குங்க.''

''சர்தார்ஜி, நான் குடிக்கறதில்ல.''

''ப்ராண்டி மது இல்லை'' என்றார் திடமாக. வேறு வார்த்தை பேசவில்லை.

அரைமணியளவில் ஒரு தாபாவில் நிறுத்தினார். கயிற்றுக்கட்டிலில் அமர்ந்திருக்க, தடிமனான டயர்களின் மேல் அட்டைகளைப் பொருத்தி, கால்வைத்து, வட்ட மேஜைகள் இருந்தன. பெருங்குரலில் கெட்ட வார்த்தைகளை சரளமாகப் பேசியபடியே பல ஆண்கள் அங்கு குழுமியிருந்தார்கள். பெரும் லாரிகள் அங்கங்கு நின்று கொண்டிருந்தன. டிரைவர்கள் போலும்.

''உங்களுக்குன்னு இஞ்சி போட்டு கஷாயம்'' ஹரிசிங் தானே இரு கிளாஸ்களைக் கொண்டு வந்தார். தான் ஒன்றைக் குடித்தார். ''கொஞ்சம் சுள்ளுனு உரைக்கும். உரைப்பு பாக்காம குடிச்சிருங்க.''

உரைப்பு இல்லை அது. தீயின் சூடு. நாக்கு எரிந்தது. அதன்பின் நெருப்பு, தொண்டைக்குழி, நெஞ்சு, மேல் வயிறு எனப்பரவ... ''ப்... பே... பே'' என்று அலறினேன்.

என்னத்தைக் கொடுத்துத் தொலைத்தான் இந்த சர்தார்?

ஹரிசிங் ''ஒண்ணுமில்ல சர்ஜி. ரெண்டு நிமிஷம் பொறுத்துக்குங்க'' என்றதுகூட கேட்கவில்லை. கண்கள் நீரைக்கொட்ட, வாயில் கோழை குடம் குடமாக ஊறியது. எழுந்து அங்குமிங்கும் அலைபாய்ந்தேன். ''தண்ணி, தண்ணி...''

''தண்ணி குடிக்கக்கூடாது, சர்ஜி. வீரியம் போயிரும். ரெண்டே நிமிஷம்.''

''தா★★ளி சர்தார்'' என்று திட்டிக்கொண்டே லாரிகள் அருகே காரைத் தேடி அருகே விரைந்தேன். மூத்திர நாற்றம் அடிக்கும் சாலையோரங்கள், ப்ளாஸ்டிக் குப்பைகள் அங்கிங்கு குவிந்திருக்க அந்த இடமே சர்ரியலிஸமாக புகைந்து தோன்றியது.

எங்கே போகிறேன் என்பதே தெரியாமல், உஸ் உஸ்ஸென வாயில் காற்றை இழுத்துவிட்டு, உமிழ்நீர் ஒழுகி சட்டையில் சிந்தியதையும் கூட பொருட்படுத்தாமல் விறுவிறுவென நடந்தேன். சில நொடிகளில், தலையில் ஏதோ தடுமாற்றம் அடங்க, வேகம் குறைந்து, வந்த வழியில் திரும்பி நடந்தேன்.

''எங்க போயிட்ட?'' என்றான் ஜித்து, பதற்றமாக. ''இந்த சர்தாரென்றால், ஒண்ணுமில்ல கொஞ்சம் விறுவிறுன்னு வந்திருக்கும். வந்திருவாரு'ங்கறான்.''

ஹரிசிங், வண்டியைக் கிளப்பினார். நான் முன் சீட்டில் அமர்ந்து, கோபத்தில் கதவை அறைந்து சாத்தினேன். இருக்கையைப் பின்னே தள்ளிவிட்டு, சாயவிட்டு கிட்டத்தட்ட படுத்த நிலையில் அமர்ந்தேன்.

''படுக்கக்கூடாது'' என்றார் ஹரிசிங்.

''சர்தார்ஜி, எனக்கு என்னமோ பண்ணுகிறது'' என்றேன் மயக்கத்தில்.

''ஒன்றுமில்லை. கண்ணாடியைத் திறந்து வைங்க. காத்து வரவர, தூங்கிடுவீங்க.''

ஜில் என குளிர்காற்று முகத்தில் உரைக்கவேயில்லை. ஒரு நிமிடம் கழித்து உறங்கிப்போனேன். மீண்டும் விழித்தபோது பெரும் லாரிகள் இடம் வலம் என எல்லாப் பகுதிகளிலும் அங்குமிங்கும் ஆடியாடி செல்ல, ஹரிசிங், சில இடங்களில் திடீரென வேகம் குறைத்து திடீரென கூட்டி காரை செலுத்திக்கொண்டிருந்தார்.

''வலி எப்படியிருக்கு சர்ஜி?'' என்றார் என் பக்கம் பார்க்காமலேயே.

நிஜமாகவே வலி விட்டிருந்தது. மிகத் தெளிவாக சிந்திக்கவும் முடிந்திருந்தது.

‘‘என்ன கொடுத்தீங்க?’’ என்றேன் சந்தேகத்துடன்.

‘‘இஞ்சி, சர்ஜி. கொஞ்சம் ஸ்பெஷல் ரகம். அதோட...’’

‘‘அதோட?’’

‘‘அபின் சாறு’’ என்றார் ஹரிசிங்.

‘‘யோவ்’’ கிட்டத்தட்ட அலறினேன். ‘‘ஹராமி சர்தார். இப்படி போதைப்பொருளைக் கொடுத்திருக்கீரே?’’

‘‘கவலைப்படாதீங்க. ஒண்ணும் செய்யாது. வலி போச்சுல்ல? இஞ்சியே ஒரு வலி நிவாரணி. அதனோட ஆன்ட்டி அனெல்ஜெஸிக் குணம் மூளையில ஜிங்னு அடிக்கும். மரத்துப் போகும்... அபின் எக்ஸ்ட்ராக்ட் வலி காட்டும் இடங்களில் நரம்புகளை ஸ்தம்பித்துப் போகச்செய்யும். மூளையையும் அதிகம் வேலை செய்ய விடாது. கனவு வந்திருக்காதே?’’

திகைப்பில் இருந்தேன்... கொஞ்சம் தெளிவாக இருந்ததால் நினைவுபடுத்திப் பார்த்தேன். உரைப்பாகத் தின்றது தவிர ஒன்றும் நினைவில்லை.

‘‘இல்லை.’’

‘‘அமிர்தசரஸ் குளிர்காலத்தில் மைனஸ் ஒன்று இரண்டு என்றெல்லாம் போகும். கையில் ஆயுதத்துடன், வெளியே காவல் இருக்கையில் வலி தெரியாமல் இருக்க, இஞ்சியுடன், அபின் சேர்த்து வாயில் அரைத்து முழுங்குவோம்.’’

எதற்கு ஆயுதம்? எங்கே காவல்? இந்த ஆள் ஆர்மியா?

ஹரிசிங் மௌனமாக காரைச் செலுத்தினார். மயான அமைதி காரினுள். ஜித்து பின் சீட்டில் சாய்ந்து தோளில் தலை சாய்த்து உறங்கிக்கொண்டிருந்தான்.

‘‘எதற்கு ஆயுதம் சர்தார்ஜி?’’

‘‘நான் கலிஸ்தான் போரில் இருந்தேன்.’’

‘‘என்ன ரெஜிமெண்ட்?’’ என்றேன் ஏதோ கேட்கவேண்டுமென்பதற்காக.

‘‘இல்ல. நான் பிந்த்ரன்வாலே பக்கம் இருந்த போராளி.’’

‘ஓ’ அதற்குமேல் அப்போது ஒன்றும் சொல்லத் தோன்றவில்லை. மெல்ல மெல்ல உண்மை உறைக்கத் தொடங்க, வயிறுலேசாக உள்ளே மடங்கி, சற்றே மூச்சு பெரிதானது.

‘‘பஞ்சாப் யூனிவர்ஸிடியில பிஸிக்ஸ் ஹானர்ஸ். கோல்ட் மெடலிஸ்ட். அப்பாவுக்கு ரெண்டு கடை இருந்தது. மூணு கில்லா நிலம். எங்க வீட்டுப் பக்கம் யாரோ தீவிரவாதிகள் வந்திருக்காங்கன்னு ஒரு அதிகாலை ராணுவம் சுத்தி வளைச்சு… க்ராஸ் ஃபையர்ல எங்கண்ணன் செத்துப்போனான். என்னை விட உயரம். கம்பீரமான முகம். கருணையான மனம். பதினைந்து குண்டு… அழகான முகம் சிதைஞ்சு… அதப் பாத்து அப்பா ஒரு வாரத்துல செத்தாரு. வெறுத்துப் போய் கல்ஸாவுல சேர்ந்தேன்.

அனந்தப்பூர் சாஹிப் தீர்மான அறிக்கையை ஒரு நாள் மாலை, தோன்ஸாவுலேர்ந்து சண்டிகர் வரும்போது என் நண்பன் சொல்லிக்கிட்டே வந்தான். ‘இந்தியாவுலேர்ந்து விடுதலையாகணும். சொந்த நாடு… கலிஸ்தான்’ என் மனசுல ஆழமாப் படிஞ்சது.

என். ஸி. ஸில இருந்ததாலே, துப்பாக்கி சுடுவது பழகுவது, குண்டுகள் கையாளுவது எளிதாக இருந்தது. ஏ.கே 47, பஸூக்கா, எல்.எம்.ஜி எல்லாம் பயன்படுத்தியிருக்கேன்.

பிந்த்ரன்வாலே பொற்கோவில்ல போகறதுக்கு முன்னாடியே, அந்த இடத்தை பாதுகாப்பாக்க போன குழுவுல இருந்தேன்.’’

ஹரிசிங் நிறுத்தினார். எதிரே, பளிச் பளிச் என்று லைட் அடித்தபடி ஒரு பெரிய லாரி மிக அருகே உராய வந்து விலகிப் போனது.

‘‘பொற்கோவில் சுற்றி தெருக்களில் காவல். நடுங்கும் குளிர். அங்குதான் தற்காப்பும், தாக்குதலும் அடிபட்டால் செய்யவேண்டிய வைத்தியமும் கற்றேன். ஆப்பரேஷன் ப்ளூஸ்டார் நடந்தபோது நான் அங்கு இல்லை. குர்தாஸ்பூர் அருகே சில துப்பாக்கிகளை கொண்டுவரச் சென்றிருந்தேன். பிடிபடவேண்டிய நேரம்…’’

முன்னே வெறித்துப் பார்த்திருந்தேன்.

‘‘மாமாவின் முயற்சிகளால் பிடிபடாம குர்தாஸ்பூரிலிருந்து நேரா மும்பை… அங்கேயிருந்து கனடா. இல்லீகல் இமிக்ரேஷன். வேற பெயர், வேற பாஸ்போர்ட்… கனடாவுல இருக்க முடியல. நைஜீரியாவுல நண்பர் ஒருத்தரோட கடையைப் பாத்துக்கற வேலையில கிளம்பினேன். அங்கதான் போராளிகள்ங்கற பெயர்ல சிலர் செய்யற கொடுமைகளை நேரில பாத்தேன்… ’’

ஹரிசிங் தொடர்ந்தார் ‘‘ஒரு நைட்டு பத்து மணி இருக்கும். ஒரு பெண்ணை நாலுபேர் இழுத்து வந்து என் கடைக்குப் பின்னாடி போனானுங்க. என் நெத்தியில துப்பாக்கி வைச்சுகிட்டு ஒருத்தன்

இருக்க, பின்னாடி சில நிமிடங்களில் திடீர் அலறல். கேவிக்கேவி அழும் சத்தம். அப்புறம் வேறொருவன் துப்பாக்கி. இப்படி நாலுபேர். ஒண்ணும் செய்ய முடியாம சிலை மாதிரி இருந்தேன். கடைசில, அவளை நிர்வாணமா கடை முன்னாடி ஓட விட்டு... பின்னாடிலேர்ந்து சுட்டானுங்க. அவ தலை தெறிச்சு முன்னாடி விழுறதைப் பாத்தேன்.''

ஹரிசிங் நிறுத்தினார். சுத்தமான ஆங்கிலத்தில் மீண்டும் தொடர்ந்தார்...

''சுடுவது எனக்கு புதுசில்ல. ஆனா ஒரு பொண்ணை வலுக்கட்டாயமா... என்னால தாங்க முடியலை. ஒருத்தன் கவனக்குறைவா இருக்கும்போது, பாய்ஞ்சு அவன் துப்பாக்கியை பறிச்சேன். பழக்கம் கைவிடலை. மூணு பேரும் காலி. இனிமே இருந்தா சரியில்லன்னு அங்கேர்ந்து கிளம்பிட்டேன்.

கடத்தல் படகுகள், சரக்குக்கப்பல்கள்னு என் பயணம்... மூணுமாசத்துல இந்தியா வந்தேன். இந்திராகாந்தி மரணம், சீக்கிய படுகொலைன்னு தில்லி பதட்டமா இருந்தது. பழிவாங்கணும்னு கொலைவெறியில குழுக்கள் சேர்க்க சண்டிகர் போனேன். மிகப் பெரிய அளவில தாக்குதல் நடத்தணும் கொல்லணும்னு தீர்மானிச்சேன். அது எனது இறுதிச் செயல்பாடாகக்கூட இருக்கலாம். ஒரு பிரார்த்தனை செய்துவிட்டு தொடங்கலாம்னு, தோன்ஸா போய் அனந்தபூர் சாஹிப்பை அடைந்தேன்... பிரார்த்தனை செய்துட்டு உக்கிரத்துடன் வெளிய வந்த என்னை, ஒரு வயதானவர் தோள்ல தொட்டார். என் கண்களை ஊடுருவிப் பார்த்தவர் 'வேணாம்' என்றார். அவர் யாரென்றே எனக்குத் தெரியாது. 'என்ன வேண்டாம்' என்றேன் கோபமாக. 'உள்ள போ. க்ரந்த்ஸாஹிப் கவனமாகக் கேள்' என்றார்.

ஏதோ உந்துதல்ல உள்ள போனவன், அமர்ந்து க்ரந்த்ஸாஹிப் கீர்த்தனைகளை கவனமாக் கேட்கத் தொடங்கினேன். உள்ள ஏதோ புரியற மாதிரி தோணுச்சு. அமைதியா சிந்திக்க ஆரம்பிச்சேன். கண்ணை மூடி ஓரமா இருந்தவன் எத்தனை மணி நேரம் அப்படியே அங்க இருந்தேன்னு தெரியாது. முழிச்சுப் பார்க்கும்போது மிக அமைதியா இருந்தேன். பழி, கொலை எல்லாம் அர்த்தமற்றவைன்னு தோணிச்சு.

ஆபரேஷனை கால் ஆஃப் பண்ணிட்டு, சில மாதம் தலைமறைவா இருந்த பிறகு, காவல் துறையில ரெபைரோ முன்னாடி போய் சரணடைந்தேன்.

'நீதான் தீவிரவாதி பட்டியலிலேயே இல்லையே?'ன்னாரு. 'அந்த எண்ணம் இருந்துச்சு'ன்னேன். கொன்னதையெல்லாம் சொல்லலை.

சிரிச்சுக்கிட்டே 'உன் பிசிக்ஸ் அறிவை இந்த நாட்டுக்குக் கொடு'ன்னாரு.

'வேலை கிடக்கலை சர்ஜி'ன்னேன். தில்லியில யார்கிட்டயோ அவர் சிபாரிசு பண்ணி, கொஞ்சநாள் காலேஜ்கள்ல லெக்சரரா இருந்தேன். பின்னும் என் கையில இன்னும் அப்பாவிகளின் ரத்தக்கறை இருக்கறதாப் பட்டுச்சு. முகம் தெரியாத குடும்பங்கள் அனாதை யானவை கனவுல வந்தன. என் தல்வார் (வாள்) கறை படிந்ததாக, கேஷ் (தலை முடி) கலைந்ததாக, ரத்தம் தடவியதாக ஒரு இரவில் கொடுங் கனவு கண்டேன். மறுநாள் வேலையை விட்டேன். இமாசல பிரதேஷ எல்லையில் போண்ட்டா சாஹிப் மந்திர்ல ஒரு மாசம் தங்கி தியானித்தேன். இருந்த பணத்துல ஒரு கார் வாங்கினேன். முகம் தெரியாதவர்கள், யார் யார் எங்க போய்ச் சேரணுமோ அங்க போய்ச் சேக்கறேன். இன்னும் தனியாள். கலியாணம் செய்துக்கலை.''

சண்டிகரின் முப்பத்தி நாலாவது செக்டார் அருகே கார் திரும்பியது.

''சர்தார்ஜி, இப்ப இந்த காரோட்டுதல் மட்டும்தானா?''

''இதுவும் ஒரு கர் சேவாதான் சர்ஜீ. கல்ஸா என்பதன் அர்த்தம் புரிந்தவன் வீணே கொலை செய்யமாட்டான். பஞ்ச் ப்யாரே, சீக்கிய கோட்பாடாகச் சொல்வதில் பிறருக்கு சேவை செய்வதை முன்னிறுத்து வார்கள். கொந்தளிக்கும் உணர்வுகள் விழித்திருப்பவர்களுள் கல்ஸா உறங்கியிருக்கிறது... என்னுள் கல்ஸா விழித்திருக்கிறது...''

இரவெல்லாம் எனக்குத் தூக்கம் வரவில்லை. இந்த சர்தார் அபின் அடித்துவிட்டு உளறுகிறானா, இல்லை கார் ஓட்டும்போது தூக்கம் வராதிருக்க ஏதோ கதை பேசியிருக்கிறானா என்பது புரியவில்லை. முக்கியமாக, அவர் சொன்னதை நம்ப முடியவில்லை.

மறுநாள் காலை வேலை முடிந்ததும் கம்பெனியின் எம். டி யைப் பார்க்க விரும்பினோம். ''அவரு இல்லையே... ஜம்மு ஃபாக்டரிக்கு போயிருக்காரு.'' என்ற காரியதரிசி போனில் அவரைத் தொடர்பு கொண்டு ''நாளைக்கு காலேல பத்து மணிக்கு அப்பாயின்ட்மென்ட். இப்பவே ஜம்மு கிளம்புங்க'' என்றாள். சண்டிகர் - ஜம்மு ஐந்து மணி நேர கார் பயணம். ஹரிசிங் ஜம்மு கொண்டுசென்று திரும்பிவர ஒத்துக்கொண்டார்.

வழியில் அவரிடம் பேசுவதைத் தவிர்க்க எண்ணினேன். காரின் பின் ஸீட்டில் ஜித்துவுடன் அலுவலக விஷயங்கள் பேசியபடி பயணம் செய்தேன். ஹரிசிங் மௌனமாக அமைதியாக கார் ஓட்டினார்.

ஜம்மு காஷ்மீர் - பஞ்சாப் எல்லையில் லக்கன்பூர் தாண்டியிருப்போம். ஜித்து ''பசிக்கிறது'' என்றான்.

''லக்கன்பூர்லயே சொல்லியிருக்கணும். எதாவது நல்ல தாபா இருந்திருக்கும். இப்ப எங்க நிறுத்த? பேசாம ஜம்மு ஓட்டல்ல போய் சாப்பிடலாம்''

''தாங்காது'' என்றான் ஜித்து ''எனக்கு பெப்டிக் அல்ஸர். எதாவது நடுநடுவே திங்கணும். ப்ளீஸ்... சின்ன தாபாவா இருந்தாலும் பரவாயில்ல, நிறுத்தலாம்''

ஹரிசிங் வேகமாகச் செலுத்தினார். ஏதோ மிக அவசரமாக ஜம்மு அடைந்துவிட அவர் துடிப்பதாகப் பட்டது எனக்கு.

இடது பக்கம் பார்த்துக்கொண்டே வந்த ஜித்து ''ஆ... இங்க ஒரு தாபா. சர்தார்ஜி, நிறுத்துங்க'' என்றான் பதட்டத்துடன். ஹரிசிங் ''அடுத்த தாபா பாக்கலாம்'' என்றார் காரைச் செலுத்திக் கடந்தவாறே.

''சர்தாஜீ'' கத்தினான் ஜித்து ''நிறுத்து இங்கே. எனக்கு சாப்பிடணும்'' நானும் ''நிறுத்துங்க'' என்றேன். ஹரிசிங் வேகம் குறைத்து, பின்னால் வந்து, தாபாவினைத் தாண்டி மரத்தடியில் நிறுத்தினார்.

''வாங்க, சாப்பிடலாம்'' என்று அவரை அழைத்தேன். ''இல்ல, நீங்க போயிட்டு வாங்க. கார்லயே இருக்கேன்.''

''ஒரு சாய்? அல்லது லஸ்ஸி?''

''வேண்டாம்'' என்றார் சுருக்கமாக. காரின் கண்ணாடிகளை ஏற்றிவிட்டு உள்ளே அமர்ந்தார். எந்த சர்தார் காற்று இல்லாமல், விசாலமாக திறந்த வெளி இல்லாமல் அடைந்து கிடக்க ஆசைப்படுவான்? இந்த ஆளு வினோதம்தான் என எண்ணிக்கொண்டே தாபாவில் நுழைந்தோம்.

மேஜையின் அருகே பகத் சிங்கின் பெரிய ஃபோட்டோ. அதன் அருகே அவர் சிறையில் இருக்கும்போதான ஒரு ஓவியம் அல்லது மங்கிய புகைப்படம். கீழே பஞ்சாபி மொழியில் என்னமோ எழுதியிருந்தது.

ஆர்டர் எடுக்க வந்த சர்தார் இளைஞனின் முகத்தில் ஒரு கடுமை தெறித்தது. ''என்ன வேணும்?'' என்றான். மஞ்சள் கலர் டி ஷர்ட்டும், நெற்றியில் ஒரு சிவப்பு ரிப்பனும் கட்டியிருந்தான். அதற்கு மேல் மஞ்சள் கலரில் சீக்கியத் தலைப்பாகை. ஆர்டர் வாங்கிக்கொண்டு திரும்பிய அவனது முதுகுப்புறத்தில் டீ ஷர்ட்டில் 'கலிஸ்தான்' என எழுதியிருந்தது.

''இன்னமுமா கலிஸ்தான் இயக்கம் இருக்கு?'' என்றேன் நம்ப முடியாமல். ஜித்து திரும்பிப் பார்த்தான். ''உள்ள பார்த்தியா? கல்லா பக்கம் என்ன போட்டோ வைச்சிருக்காங்க?''

''பகத் சிங்.''

''அட அது இல்ல. கல்லாவுக்குப் பின்னால...''

முயன்று பார்த்தேன். மங்கலான ஒளியில் மற்றொரு சர்தாரின் புகைப்படம். தெரிந்த முகம் போல்... ஆனால் நினைவு வரவில்லை.

''பிந்தரன் வாலே'' என்றான் ஜித்து கிசுகிசுப்பாய்.

சட்டென நினைவுக்கு வந்து, முதுகு சில்லிட்டது. பஞ்சாப் பதற்றத்தின் மூலகாரணம்... தீவிரவாத இயக்கத்தின் தலைவன்... ஆபரேஷன் ப்ளூஸ்டாரில், தங்கக் கோவிலில் சுடப்பட்டு இறந்தவர்...

''இந்த முட்டாள் சர்தார்கள் திடீரென அவரை மீண்டும் தலையில் வைத்துக் கொண்டாடுகிறார்கள்... படிக்கற காலத்துல அபின் அடிச்சு திரியவேண்டியது. வேலை கிடைக்கலைன்னு தீவிரவாதம், எங்க பஞ்சாப்னு இனவெறி பிடிச்சு அலையவேண்டியது.''

''ஜித்து மெதுவா'' என நான் எச்சரிக்க, அவன் சட்டென அடங்கினான்.

கல்லாவில் பணம் கொடுக்கும்போது, மஞ்சள் டீ ஷர்ட் இளைஞன் அருகில் வந்தான். ஜித்துவைப் பார்த்து ''என்ன சொல்லிட்டிருந்தே?'' என்றான்.

''ஒண்ணுமில்லையே?''

''கலிஸ்தான் பத்தி, எங்களைப் பத்தி என்ன சொன்னே?'' மஞ்சள் டீஷர்ட் இளைஞனின் கை முட்டிகள் இறுகின. கல்லாவில் இருந்த நடுத்தர வயது சர்தார் ஒன்றுமே கவனிக்காததுபோல நோட்டுகளை எண்ணிக்கொண்டிருந்தார். அவர் முகமும் இறுகியிருந்தது.

''ஹலோ'' என்றேன் நடுவில் புகுந்து ''எங்க கம்பெனி விஷயமா பேசிட்டிருந்தோம்.''

''உங்க கம்பெனில ஏன் எங்களைப் பத்தி பேச்சு வருது?'' அவன் குரல் உயர்ந்தது.

அதற்குள் உணவு அருந்திக்கொண்டிருந்த நாலைந்து பேர் கூடிவிட்டனர். பதற்றத்தில் வாசலைப் பார்த்தேன். கூட்டம் வாசலை அடைத்திருந்தது.

மஞ்சள் டீ ஷர்ட் ''மன்னிப்பு கேள்'' என்றான் மிக நிதானமான, அச்சுறுத்தும் குரலில்.

''மன்னிப்பு, மன்னிப்பு'' என்றான் ஜித்து, கை கூப்பியவாறே. மஞ்சள் டீஷர்ட் கூட்டத்தை விலக்க, கார் நோக்கி அவசரமாக விரைந்தோம். ஹரிசிங் காரைக் கிளப்பிய சில நொடிகளில் பதற்றமாக ஏதோ

உளறிக்கொண்டிருந்தோம். ''என்ன நடந்தது?'' என்றார் ஹரிசிங். ஜித்து சுருக்கமாக நடந்ததைச் சொன்னான். அவர் பேசாமல் அமைதியாக காரோட்டினார்.

ஒரு கி.மீ. தொலைவில் யூ திருப்பத்தில் காரைத் திருப்பினார். ''எங்க போறீங்க ஹரிசிங்?'' என்று கேட்கக் கேட்க சொல்லாமல் காரைச் செலுத்தினார். அந்த தாபாவின் நேர் மறுபுறம் சாலையினோரம் காரை நிறுத்திவிட்டு, இறங்கினார்.

''எங்கூட வாங்க'' என்றார். ''வேணாம்'' என்று நாங்கள் மறுக்க மறுக்க, ரோட்டின் மறுபுறம் கடந்து தாபாவினுள் நுழைந்தார். தயங்கி இறங்கி சாலையோரம் நின்றிருந்தோம். இந்த சர்தார் சண்டையை மீண்டும் கிளப்புகிறானோ? அடி விழுந்தால் கேட்க ஆளில்லையே? ஜித்துவும் இதே கருத்தைப் புலம்பி முணுமுணுத்தான்.

இருளில், ஹரிசிங் உள்ளே சென்றதும் கல்லாவில் இருப்பவர் பதற்றமாக எழுவதும், அவர் கால்களைத் தொட்டு வணங்குவதும் மங்கலாகத் தெரிந்தது. இரு நிமிடங்களுக்குப்பின் மஞ்சள் டீஷர்ட் இளைஞன் அவர் கால்களைத் தொடுவதும் தெரிந்தது. மூன்றுபேரும் தாபாவிலிருந்து வெளிவந்து விரைந்து சென்ற கார்களை பொறுமையாகக் கடந்து எங்களிடம் வந்தனர்.

''மாப் கீஜியே'' என்றார் தாபா முதலாளி, கை கூப்பியபடி. மஞ்சள் டீஷர்ட் இளைஞன் இறுகிய முகத்துடன் ''மன்னிப்பு'' என்றான்.

''அடடே, இட்ஸ் ஆல்ரைட்... ஏதோ தவறான புரிதல்'' என்று தொடங்கிய ஜித்துவை, ஹரிசிங் அடக்கினார்.

''மேல பேசவேண்டாம். அவங்க மரியாதையா மன்னிப்புன்னு சொல்றாங்க. நீங்களும் மன்னிச்சுட்டேன்னு சொல்லிட்டு கார்ல ஏறுங்க'' கடுமையான தொனியில், அதே நேரம் மிக நிதானமாக, குரலை உயர்த்தாது அவர் சொன்னது, சற்றே துணுக்குற வைத்தது.

மீண்டும் திரும்பி சாம்பா தாண்டி ஜம்முவுக்கு முப்பது கி.மீ. முன்பு எங்கள் ஓட்டலை அடைந்தபோது இரவு மணி இரண்டு.

மறுநாள் காலை எட்டு மணிக்கு வேலைக்குக் கிளம்பியபோது ஹரிசிங் காரைக் கழுவிக்கொண்டிருந்தார். ''ரெண்டேநிமிசம் சர்ஜி... வண்டி ரெடியாயிரும். லாபியில உக்காந்திருங்க.''

''சர்தார்ஜி, அவங்க யாரு?'' என்றேன். அவர் ஒன்றுமே சொல்லாமல் காரைத் துடைப்பதில் மும்முரமாக இருந்தார். மதியம் சண்டிகார் செல்ல காரைச் செலுத்தியபோதும் அவர் ஒன்றும் பேசவில்லை.

லக்கன்பூர் எல்லை தாண்டி, பஞ்சாப்பில் நுழைந்தபின்னரே அவர் ஒரு தாபாவில் நிறுத்தினார். ஜம்மு காஷ்மீர் பகுதியில் வண்டி நிறுத்தாமல் பயணித்திருந்தார் என்பது அதன்பின்னரே எனக்கு மெல்ல விளங்கியது.

சண்டிகர் ஏர்போர்ட்டில் கார் நுழையும்போது ''அந்த தாபா முதலாளி என் ஸ்டூடண்ட்'' என்றார்.

''டெல்லி கல்லூரியிலா?'' என்றேன், பெட்டிகளை டிக்கியிலிருந்து எடுத்தவாறே... ஜித்து, பெட்டிகளை வைக்கும் தள்ளு வண்டியை எடுக்கச் சென்றிருந்தான்.

ஹரிசிங், பதில் சொல்லாமல் காரைக் கிளப்பியபின் திரும்பிப் பார்த்தார். அவர் தலை 'இல்லை' என அசைந்ததாகப் பட்டது.

●

www.ingramcontent.com/pod-product-compliance
Lightning Source LLC
LaVergne TN
LVHW100336181026
850499LV00039B/1105